VÀO THIỀN

VÀO THIỀN
NGUYÊN MINH

NGUYÊN MINH

VÀO THIỀN

NHÀ XUẤT BẢN LIÊN PHẬT HỘI

Dẫn nhập

Một trong những sáng tạo độc đáo có thể được xem là vĩ đại nhất trong lịch sử toàn nhân loại chính là Thiền học. Sở dĩ có thể nói như thế, là vì trong suốt bề dày lịch sử hình thành và phát triển, thiền đã và đang mang lại cho nhân loại những giá trị tốt đẹp có ý nghĩa đối với mọi dân tộc và mọi thời đại. Những ảnh hưởng tích cực của thiền đối với cuộc sống con người không hề bị giới hạn bởi bất cứ yếu tố khác biệt nào, cho dù đó là chủng tộc, giai cấp, tuổi tác hay giới tính... Tất cả chúng ta đều bình đẳng và có cơ hội như nhau khi đến với thiền. Sự phát triển mạnh mẽ của thiền trong những năm gần đây ở các nước phương Tây đã chứng minh điều này. Thiền không chỉ là "tinh hoa văn hóa phương Đông" như đã được thừa nhận từ lâu, mà đang dần dần trở nên quen thuộc và phát triển ngay trong lòng những xã hội công nghiệp hiện đại náo nhiệt nhất, mặc dù điều này có vẻ như một nghịch lý khi so sánh với tính chất tĩnh lặng từ nhiều thế kỷ qua khi thiền phát triển ở các nước phương Đông.

Chúng ta đều biết, người đầu tiên khơi mở nguồn thiền cho nhân loại là đức Phật Thích-ca Mâu-ni, bởi vì thiền vốn dĩ là một trong các pháp môn do ngài truyền dạy. Tuy nhiên, những gì mà chúng ta biết được hôm nay về thiền học còn có cả sự đóng góp của nhiều thế hệ thiền sư, những người đã trực tiếp truyền nối và phát triển thiền học. Họ không chỉ tiếp nhận những tinh túy của các bậc thầy đi trước truyền lại, mà mỗi người còn đóng góp sự sáng tạo của mình vào tính chất phong phú và độc đáo của thiền. Chính nhờ vào điều này mà trải qua hơn 25 thế kỷ, thiền vẫn luôn giữ được tính chất sinh động, linh hoạt và bắt kịp mọi sự thay đổi chuyển biến của từng thời đại, cũng như nhanh chóng thích nghi với mọi điều kiện phát triển trong từng xã hội khác nhau.

Tuy nhiên, tiếp nhận thiền vào cuộc sống của mỗi người và tìm hiểu về thiền là hai việc khác nhau. Một số người may mắn có thể bắt tay ngay vào việc thực hành thiền để tự mình có thể đạt được phần lợi ích thiết thực ngay trong cuộc sống mỗi ngày. Đây cũng có thể xem là mục đích chính của thiền. Tuy nhiên, trong một số trường hợp khác, việc tìm hiểu thiền được đòi hỏi như một động cơ tích cực ban đầu để giúp cho những người chưa bước chân vào thiền có thể có được những cơ sở xác lập niềm tin trước khi khởi sự thực hành thiền. Thường thì đây là những đối tượng tích chứa nhiều tri thức kiến giải và không thể bước thẳng vào thiền khi chưa được nghe những bài giảng dài và thuyết phục.

Tập sách này được viết ra chính là vì nhắm đến những ai còn đứng ngoài cửa thiền, vốn dĩ chỉ biết đến thiền như một môn học giống như bao nhiêu môn học khác. Cho dù sự hiểu biết về thiền hoàn toàn không thể giúp chúng ta cảm nhận được những gì mà thiền có thể thực sự mang đến trong cuộc sống, nhưng chắc chắn đây sẽ là một khởi đầu tốt đẹp cho bất cứ ai quan tâm đến lãnh vực này.

Nhưng riêng về điểm này, cũng có không ít ý kiến cho rằng việc "học nhiều biết rộng" chẳng qua chỉ làm trở ngại thêm cho việc thực hành thiền mà thôi. Trên cơ sở cho rằng thiền vốn là "bất lập văn tự", nhiều người tin rằng mọi sự nghiên cứu tìm hiểu chỉ là công việc của những ai vốn chẳng hiểu chút gì về thiền cả!

Việc nhấn mạnh vào khía cạnh thực nghiệm của thiền là hoàn toàn chính xác. Nhưng "dị ứng" với việc tìm hiểu về thiền là một thái độ cực đoan. Hiểu theo cách cực đoan này thì ngay cả cái tôn chỉ "bất lập văn tự" cũng đã không thể nêu lên, vì vừa nhắc đến vốn đã là văn tự. Và nếu quả thật không văn tự thì hậu thế chúng ta dựa vào đâu mà biết được những gì tổ sư ngày xưa truyền dạy? Chỉ riêng một chỗ này, nếu hiểu không thấu đáo tất yếu sẽ nảy sinh mâu thuẫn không sao giải quyết được.

Tập sách này không có tham vọng trình bày tất cả những gì có liên quan đến thiền, nhưng hy vọng sẽ có thể mang đến cho bạn đọc một cái nhìn khái quát tạm đủ để thấy được đôi nét đặc trưng của thiền, cũng như góp phần làm thay đổi một vài định kiến sai lệch về mối quan hệ giữa thiền với ngôn ngữ văn tự. Trong bối cảnh phát triển ngày càng rộng khắp của thiền học, hy vọng là tập sách sẽ có thể góp phần nhỏ nhoi trong việc tạo ra một cái nhìn thích hợp về thiền cho những ai lần đầu tiên quan tâm tìm đến lãnh vực này, cũng như trong một chừng mực nào đó có thể xem là một phương thức sử dụng tri thức để xóa bỏ tri thức, giúp cho một số người có thể bước chân vào thiền.

Mặc dù đã hết sức thận trọng trong suốt quá trình hình thành tập sách, nhưng do những hạn chế nhất định về trình độ, chắc hẳn không thể tránh khỏi ít nhiều sai sót. Kính mong các bậc cao minh rộng lòng chỉ giáo và quý độc giả gần xa niệm tình lượng thứ.

Tháng 12 năm 2004

Nguyên Minh

TÌM HIỂU VỀ THIỀN

Cội nguồn ban sơ

Đạo Phật do đức Phật Thích-ca Mâu-ni sáng lập từ cách đây hơn 25 thế kỷ tại Ấn Độ. Kể từ đó đến nay, đạo Phật đã vượt xa ra bên ngoài biên giới của đất nước này để lan tỏa khắp thế giới.

Chân lý giải thoát mà đức Phật đạt đến và truyền dạy là duy nhất và không thay đổi, nhưng bản thân đạo Phật vốn cũng là một thực thể hữu vi như bao nhiêu thực thể hữu vi khác trong cuộc đời này, và vì thế không thể tránh khỏi sự biến đổi thăng trầm qua thời gian, thậm chí chắc chắn rồi cũng sẽ đi đến giai đoạn suy tàn như chính đức Phật đã từng dự báo. Tuy nhiên, khi thời mạt pháp vẫn còn chưa đến thì công năng giáo hóa, cứu khổ ban vui của đạo Phật vẫn là điều không thể phủ nhận được. Và từ xưa đến nay, đạo Phật đã làm được điều này chính là nhờ vào những chuyển biến, thay đổi thích hợp để phát triển qua từng thời đại, cũng như mỗi khi được truyền bá vào những cộng đồng xã hội khác nhau.

Trong quá trình phát triển đó, hình thức tối sơ của Phật giáo nguyên thủy dần dần không còn nữa. Chúng ta ghi nhận được sự phân chia thành hai nhánh lớn là Phật giáo Đại thừa và Phật giáo Tiểu thừa. Những cơ sở phát triển của Phật giáo Đại thừa không đi ngoài tinh thần giáo pháp đã được Phật truyền dạy, cho dù những kinh văn chính thức mang tư tưởng Đại thừa, chẳng hạn như tư tưởng Bát Nhã, chỉ xuất hiện sớm nhất cũng là vào khoảng 300 năm sau khi Phật nhập diệt, và các nhà nghiên cứu lịch sử tin rằng sự hình thành của Đại thừa là vào khoảng những năm đầu Công nguyên.[1]

Phật giáo truyền sang Trung Hoa trong khoảng từ thế kỷ thứ 2 đến thế kỷ thứ 4, nhưng từ thế kỷ thứ 6 cho đến thế kỷ thứ 9 mới là thời kỳ phát triển hưng thịnh nhất. Trong khoảng thời gian này, chúng ta được biết có ít nhất là 8 tông phái khác nhau hình thành và phát triển. Đó là các tông sau đây:

1. Luật tông, do ngài Đạo Tuyên (596-667) sáng lập.

2. Tam luận tông, do ngài Cát Tạng (549-623) sáng lập.

3. Pháp tướng tông, do ngài Huyền Trang (596-664) sáng lập.

4. Mật tông, do ngài Bất Không (705-774) sáng lập.

5. Hoa Nghiêm tông, do ngài Đỗ Thuận (557-640) sáng lập.

6. Thiên Thai tông, do ngài Trí Khải (538-597) sáng lập.

7. Tịnh độ tông, do ngài Thiện Đạo (613-681) sáng lập.

---

[1] Xem Lược sử Phật giáo, Edward Conze, bản dịch Việt ngữ của Nguyễn Minh Tiến, trang 100 - 102, Nxb Tổng hợp TP HCM.

8. Thiền tông, do ngài Bồ-đề Đạt-ma (470 - 543)[1] sáng lập.

Bồ-đề Đạt-ma là tổ sư thứ 28 của thiền Ấn Độ, đến Trung Hoa vào khoảng năm 520 và trở thành Sơ tổ của thiền Trung Hoa. Kể từ đó về sau, thiền dần dần phát triển trở thành một tông phái độc lập với những nét riêng biệt. Nhưng phải truyền nối qua 5 đời nữa, đến tổ thứ 6 là Huệ Năng (638-713) thì thiền mới thực sự phát triển rộng khắp và trở thành một trong những tông phái lớn nhất thời bấy giờ. Và đến tổ Bách Trượng Hoài Hải (百丈懷海 - 720-814) thì Thiền tông đã phát triển đến mức hoàn chỉnh về cơ cấu tổ chức, với các thiền viện chuyên tu và nội quy sinh hoạt đặc thù rất chặt chẽ.

Như vậy, sự truyền nối của Thiền tông ở Ấn Độ kể từ đức Phật Thích-ca Mâu-ni cho đến tổ Bồ-đề Đạt-ma là một chuỗi liên tục không đứt đoạn. Các vị tổ sư thiền Ấn Độ trong 28 đời được kể ra như sau:

Phật Thích-ca Mâu-ni truyền cho ngài Ma-ha Ca-diếp là Tổ thứ nhất.

Tổ thứ hai là ngài A-nan, tổ thứ ba là ngài Thương-na Hòa-tu, tổ thứ tư là ngài Ưu-ba-cúc-đa, tổ thứ năm là ngài Đề-đa-ca, tổ thứ sáu là ngài Di-giá-ca, tổ thứ bảy là ngài Bà-tu-mật-đa, tổ thứ tám là ngài Phật-đà Nan-đề, tổ thứ chín là ngài Phục-đà Mật-đa, tổ thứ mười là Hiếp Tôn giả,[2] tổ thứ mười

---

[1] Phật Quang Từ điển cho là ngài mất năm 535.

[2] Hiếp Tôn giả (脅尊者) cũng có tên là Bà-lật Thấp-bà (婆栗濕婆)

một là ngài Phú-na Dạ-xa, tổ thứ mười hai là ngài Mã Minh, tổ thứ mười ba là ngài Ca-tỳ Ma-la, tổ thứ mười bốn là ngài Long Thọ, tổ thứ mười lăm là ngài Ca-na-đề-bà, tổ thứ mười sáu là ngài La-hầu-la-đa, tổ thứ mười bảy là ngài Tăng-già Nan-đề, tổ thứ mười tám là ngài Già-da Xá-đa, tổ thứ mười chín là ngài Cưu-ma-la-đa, tổ thứ hai mươi là ngài Xà-da-đa, tổ thứ hai mươi mốt là ngài Bà-tu Bàn-đầu, tổ thứ hai mươi hai là ngài Ma-nô-la, tổ thứ hai mươi ba là ngài Hạc-lặc-na, tổ thứ hai mươi bốn là ngài Sư Tử,[1] tổ thứ hai mươi lăm là ngài Bà-xá Tư-đa, tổ thứ hai mươi sáu là ngài Bất-như Mật-đa, tổ thứ hai mươi bảy là ngài Bát-nhã Đa-la, tổ thứ hai mươi tám là ngài Bồ-đề Đạt-ma.

Nhưng cũng cần phân biệt giữa sự truyền thừa của Thiền tông nói riêng và Phật giáo nói chung. Bởi vì trên phương diện lịch sử, Phật giáo quả thật không có được sự may mắn để được truyền thừa theo cách như vậy. Trong thực tế, sau khi Phật nhập diệt không bao lâu thì quá trình phân chia các bộ phái bắt đầu xảy ra.

Nguyên nhân dẫn đến sự phân chia có thể là do nơi sự nhận hiểu khác nhau về giáo pháp cũng như việc nhấn mạnh vào các phương thức tu tập khác nhau. Vì thế, cho dù vẫn đi theo một con đường lớn là Phật giáo nhưng mỗi bộ phái dần dần hình thành những nét riêng của mình. Tất cả đều tuân theo giáo pháp của đức Phật đã truyền dạy, nhưng có những

---

[1] Cũng có tên là Sư Tử Bồ-đề (Siṃhabodhi – 師子菩提).

bất đồng nhất định trong việc nhận hiểu và thực hành giáo pháp.

Ngày nay, các nhà nghiên cứu thừa nhận đã có sự phân chia ra khoảng 18 bộ phái lớn, mặc dù trong thực tế có thể kể tên đến hơn 30 bộ phái khác nhau được phân chia từ Phật giáo.[1] Quá trình phân chia nổi bật nhất có thể thấy trong biểu đồ sau:

Sự phân chia các bộ phái

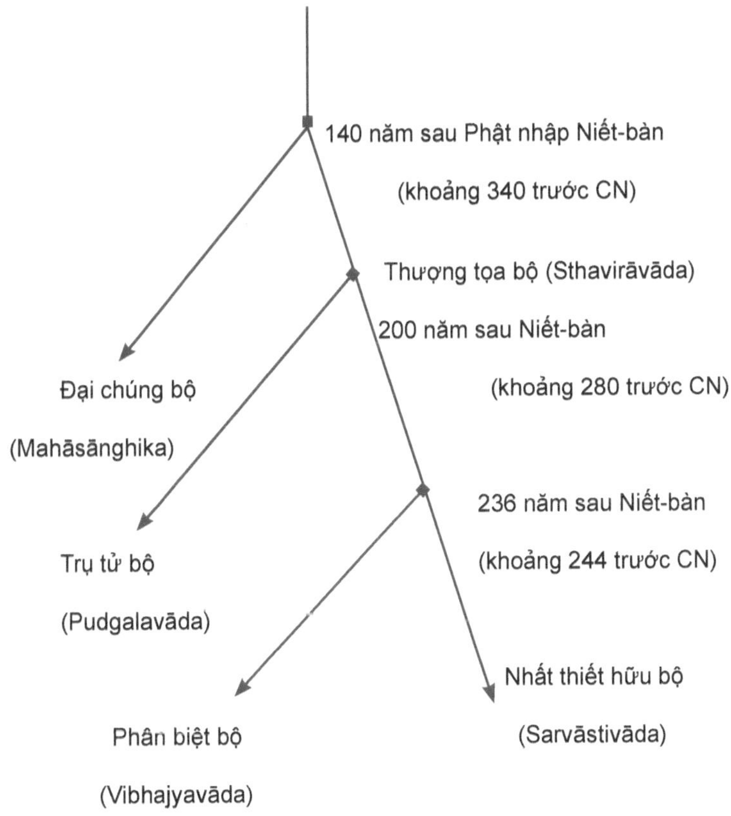

---

[1] Xem Lược sử Phật giáo (sách đã dẫn), trang 72.

Như vậy, việc ghi nhận sự truyền thừa liên tục từ đức Phật Thích-ca Mâu-ni cho đến các vị tổ sư thiền qua các thế hệ cũng là một đặc điểm nổi bật của Thiền tông. Hơn thế nữa, vấn đề truyền thừa trực tiếp từ thầy đến trò rất quan trọng đối với Thiền tông, vì nhà thiền chỉ lấy đó làm chứng cứ xác thực chứ không dựa vào kinh điển, giáo pháp. Ngay cả những "vật chứng" truyền thống như y bát (áo cà-sa và bình bát) mà một bậc thầy truyền lại cho đệ tử đích truyền cũng chỉ được xem là thứ yếu, không quan trọng bằng sự "tâm truyền". Chính vì vậy, kể từ đời Lục Tổ Huệ Năng trở về sau thì y bát đã thôi không truyền nữa.

Nhập môn thiền học

Một trong những cách hiểu sai lệch thường gặp nhất là sự nhầm lẫn giữa Thiền tông như chúng ta vừa đề cập đến ở trên với thiền định là một trong 6 pháp ba-la-mật đã được Phật truyền dạy. Sáu pháp ba-la-mật, còn gọi là Lục độ, bao gồm: Bố thí, Trì giới, Nhẫn nhục, Tinh tấn, Thiền định và Trí tuệ. Thiền tông thường lấy phương pháp tu thiền định làm một trong những phương pháp tu tập chính, nhưng điều đó không có nghĩa là bỏ qua các phương pháp khác, và cũng hoàn toàn không phải vì thế mà thiền định có thể đồng nhất với Thiền tông. Như vậy, về cơ bản khi chúng ta nói đến thiền học hay Thiền tông, chúng ta đề cập đến một tông phái độc lập với những nét đặc thù trong giáo pháp và phương thức tu tập, tuy vẫn nằm trong hệ thống giáo lý chung của Phật giáo nhưng lại có những nét rất riêng so với các tông phái khác. Trong khi đó, thiền định là một trong các phương pháp tu tập và không chỉ được sử dụng riêng bởi Thiền tông mà còn được thấy ở hầu hết các tông phái khác.

Chúng ta sẽ có dịp trở lại một cách chi tiết hơn với những khác biệt cơ bản của hai khái niệm này. Tuy nhiên, sự phân biệt một cách khái quát như trên là cần thiết ngay khi chúng ta bắt đầu tìm hiểu về thiền. Bởi vì những gì sắp được đề cập tiếp theo đây sẽ sử dụng khái niệm thiền học chứ không chỉ đến riêng một pháp môn thiền định.

Thiền - Giản đơn hay phức tạp?

Đối với những ai lần đầu tiên tìm đến với thiền, những gì được nghe thấy sẽ có vẻ như hoàn toàn khác lạ, thậm chí là kỳ bí so với những kiến thức thông thường. Vì thế, khi bạn tìm đến với thiền giống như bao nhiêu môn học khác, bạn thường vấp phải những trở lực không thể vượt qua về phương diện ngữ nghĩa. Nói cách khác, bạn có thể sẽ hoàn toàn ngơ ngác trước một cách diễn đạt nào đó trong nhà thiền, trong khi điều đó lại mang đầy ý nghĩa với những ai đã trải qua một quá trình tu tập nhất định trong thiền môn. Những người tìm đến thiền với mong muốn đi tìm một khái niệm diễn đạt chính xác hoặc khái quát về môn học này - họ thường nghĩ như thế - cuối cùng thường phải chấp nhận thất bại, hoặc nếu không cũng sẽ đi đến chỗ đưa ra những cách hiểu gán ghép, gượng gạo và sai lệch về thiền.

Những người như thế thường nhận thấy thiền cuối cùng chẳng qua cũng chỉ là những khái niệm hoàn toàn vô lý và khôi hài, hoặc cho rằng thiền luôn cố ý tạo ra sự khó hiểu để nhằm chống lại sự phê phán của người khác đối với một tính chất sâu sắc giả tạo.

Nhưng đối với những người thực sự hiểu và thực hành thiền, những phát biểu có vẻ như hoàn toàn nghịch lý, mâu thuẫn của thiền lại không phải là sự giả tạo nhằm che đậy sự thật phía sau lớp sương mù kỳ bí, khó hiểu, mà chỉ đơn giản là vì khả năng biểu đạt bằng ngôn ngữ thông thường không đủ để diễn tả chân lý sâu thẳm nhất mà thiền trực nhận được. Chân lý này không thể được trình bày bằng lý luận, mà cần phải được chứng nghiệm ngay trong nội tâm của mỗi người để có thể hiểu được. Trong thực tế, những cách diễn đạt của thiền không phải là phức tạp và khó hiểu, mà luôn đơn giản và đi thẳng vào vấn đề đến mức khác với mọi quy ước thông thường. Vì thế, sự khó hiểu là nằm về phía người nghe hiểu chứ không phải về phía người diễn đạt.

Khi nghe một câu đại loại như "Vôi màu trắng", ta hiểu đây là một phát biểu đơn giản, dễ hiểu. Nhưng khi ai đó nói "Vôi không phải màu trắng", ta thường phản ứng ngay bằng cách xem đây là một phát biểu trái ngược và không thể hiểu được. Trong thực tế, chính phát biểu thứ hai cũng vô cùng đơn giản, và thật ra là đơn giản hơn cả phát biểu thứ nhất.

Khi đưa ra phát biểu thứ nhất, hai thực thể "vôi" và "màu trắng" đã ngay lập tức bị đóng khung vào các khái niệm tương ứng của người nghe, và sự chấp nhận những khái niệm quen thuộc này khiến cho câu nói hoàn toàn đơn giản và dễ hiểu.

Trong phát biểu thứ hai, các khái niệm quen thuộc bị phá vỡ. "Vôi" chỉ có thể là "vôi", không thể là gì khác hơn ngoài chính nó. Khi đóng khung hai khái niệm "vôi" và "màu trắng" rồi đồng nhất chúng với nhau trong phát biểu thứ nhất, chúng ta đã loại bỏ tất cả những tính chất có thật khác nữa của thực thể "vôi", đồng thời giới hạn tính chất thực có của "màu trắng". Vì thế, "vôi không phải màu trắng" là một phát biểu chỉ thẳng, đến gần với thực tại hơn so với phát biểu thứ nhất. Ở đây, các khái niệm thông thường không được dùng đến, và vì thế mà phát biểu này thực sự là đơn giản hơn cả phát biểu thứ nhất, cho dù nó vẫn chưa, và thực sự là không thể, diễn đạt được trọn vẹn về đối tượng.

Hầu hết những cách diễn đạt của thiền đều xuất phát từ sự thực nghiệm của mỗi cá nhân. Có thể nói, trong Thiền học thực ra không có gì khác ngoài kinh nghiệm cá nhân. Vì thế, ngay cả một thiền sư chân chính cũng chẳng có gì để trao cho bạn cả nếu như bản thân bạn chưa từng trải qua những kinh nghiệm tâm linh thực sự.

Điều này nghe có vẻ khác thường nhưng lại là một sự thực vô cùng đơn giản trong tự nhiên mà hầu hết chúng ta đều không lưu tâm đến. Những đứa bé không có nhiều hiểu biết vì chúng chưa có nhiều kinh nghiệm cá nhân trong cuộc sống. Nếu một đứa trẻ có thể hiểu được nhiều điều mà nó chưa từng trải qua, đó mới là điều nghịch lý và hoàn toàn không phù hợp với thực tiễn. Vì thế, để hiểu được sự việc một cách rõ ràng và hiệu quả nhất, chỉ có một cách duy nhất là phải tự thân trải qua sự việc ấy, hay nói cách khác là phải bằng vào chính kinh nghiệm cá nhân của mỗi người.

Khi đối mặt thực sự với những vấn đề của bản thân đời sống, kinh nghiệm cá nhân càng trở nên tuyệt đối cần thiết. Không bằng vào kinh nghiệm cá nhân thì không thể nào nắm bắt được một cách chính xác và hiệu quả những ý nghĩa sâu xa trong đời sống.

Sự hình thành ban đầu của tất cả những khái niệm đều xuất phát từ những kinh nghiệm đơn giản, không phức tạp. Thiền học nhấn mạnh vào sự hình thành các khái niệm từ kinh nghiệm cá nhân, và chính là xoay quanh hiện tượng đơn giản này mà thiền xây dựng tất cả những nền tảng biểu đạt bằng ngôn ngữ cũng như khái niệm đặc trưng của mình. Tất cả những điều này được sử dụng như một phương tiện hiệu quả để nhắm đến kinh nghiệm tâm linh sâu thẳm nhất, và thiền giả không bao giờ được quên rằng chính bản thân chúng cũng là những giới hạn cần phải vượt qua và xóa bỏ mới có thể nắm bắt được thực tại cuối cùng.

Bản chất tự nhiên của tri thức con người không nhắm đến những vấn đề siêu hình. Tính chất bí ẩn không bao giờ là đối tượng hướng đến của Thiền học. Nhưng đối với những ai chưa nắm được bản chất cốt lõi thực sự của đời sống, Thiền học luôn mang dáng vẻ đầy bí ẩn. Khi chúng ta có thể vượt qua tất cả những khái niệm siêu hình, đến một lúc nào đó thì vẻ ngoài kỳ bí của thiền sẽ đột nhiên biến mất và đồng thời trong kinh nghiệm nội tâm của hành giả lóe lên tia sáng đầu tiên của sự trực nhận thực tại.

Chính vì thế mà Thiền học luôn nhấn mạnh và đòi hỏi kinh nghiệm tâm linh trong nội tâm của bản thân hành giả. Những gì được xem là quan trọng nhất đối với người học thiền không bao giờ gắn liền với kinh điển hay sự giảng giải của các bậc thầy. Kinh nghiệm tu tập của mỗi cá nhân không được phép phụ thuộc vào những chỉ dẫn từ bên ngoài, cho dù là của các bậc thầy đáng tin cậy. Và phương pháp thực tiễn, hiệu quả nhất thường được người học thiền sử dụng để đạt đến những kinh nghiệm tâm linh chính là phép ngồi thiền.

Nhưng những gì vừa nói hoàn toàn không có nghĩa là phủ nhận vai trò dẫn dắt của các bậc thầy. Trong thực tế, qua lịch sử phát triển từ xưa đến nay, Thiền học đã hình thành một hệ thống phương pháp tu tập nhằm dẫn dắt những người theo học một cách hiệu quả nhất trên con đường đạt đến những kinh nghiệm tâm linh. Chính điều này đã tạo ra sự khác biệt rõ ràng giữa Thiền học với các hình thức tôn giáo kỳ bí khác. Trong khi một số tôn giáo cũng có nhắc đến việc đạt được một hình thức kinh nghiệm tâm linh nào đó, thì điều này thường là có tính cách rất cá biệt, bất ngờ và không dựa vào nội lực của chính bản thân người tu tập mà dựa vào sự cầu xin ở một quyền năng thiêng liêng, bí ẩn.

Nhưng Phật giáo nói chung và Thiền học nói riêng không thừa nhận một đấng quyền năng siêu hình trong việc đạt đến sự giải thoát. Và vì thế mà những phương pháp tu tập của Thiền học hoàn toàn mang tính chất thực tiễn và có hệ thống. Ngay từ những ngày đầu tiên khi Thiền học được truyền dạy tại Trung Hoa, khuynh hướng này đã bộc lộ rất rõ nét. Nhưng với sự phát triển qua thời gian thì hệ thống phương pháp tu tập trong nhà thiền ngày càng được định hình một cách toàn diện và hiệu quả hơn trong việc giúp cho người tu tập có thể tiến triển theo đúng con đường hướng đến sự giác ngộ. Chính trong việc hình thành những phương pháp tu tập đặc trưng của mình, Thiền học đã thể hiện được tính cách hoàn toàn thực tiễn. Trong khi phát triển những luận giải chặt chẽ về mặt lý thuyết thì đồng thời thiền cũng nhấn mạnh đến sự tu tập có phương pháp nhằm tạo ra được những phẩm chất tinh thần thanh cao tốt đẹp nhất nơi người tu tập.

Đôi khi thiền được biểu lộ trong mối quan hệ với những sự kiện rất gần gũi trong đời sống thực tiễn hằng ngày, và điều đó làm cho chúng ta dễ quên đi tính chất sâu xa của nó. Nhưng chính những giá trị đích thực của thiền lại nằm ở đây, bởi vì một thiền giả thực sự có kinh nghiệm tâm linh thường luôn nhận ra được những ý nghĩa sâu xa không thể diễn đạt bằng lời ngay cả trong một hành động đơn giản như đưa lên một ngón tay hay chào hỏi một người bạn tình cờ gặp gỡ. Theo cách nhìn của nhà thiền, điều thực tiễn nhất chính là điều mang ý nghĩa sâu xa, thâm thúy nhất. Và toàn bộ hệ thống phương pháp tu tập của Thiền học đều là xuất phát từ kinh nghiệm nền tảng này.

Còn có một lý do khác nữa khiến cho nhiều người nhận thấy rằng Thiền học là bí ẩn, khó hiểu. Ngay từ trong bản chất của mình, thiền luôn luôn bất chấp, và thậm chí là thách thức những bộ óc phân tích lý luận. Cũng giống như rất nhiều hệ thống tư tưởng khác của phương Đông, thiền nhấn mạnh vào bản năng trực giác của con người, và điều đó không phải bao giờ cũng có thể nhận hiểu được qua phân tích lý luận. Chính vì thế mà những tư tưởng thiền không bao giờ có thể trình bày theo cách liệt kê để bất cứ ai cũng có thể đọc hiểu.

Thiền luôn hiển bày trong đời sống quanh ta, vì thế không thể phủ nhận sự hiện hữu ấy. Nhưng ngay khi ta muốn nắm bắt lấy, muốn đặt nó vào tầm phân tích, khảo sát của chúng ta để có thể hiểu được một cách chặt chẽ hơn, hệ thống hơn, chúng ta ngay lập tức không còn khả năng nhận biết được thiền. Vì thế, thiền luôn trở nên bí ẩn, khó hiểu với những ai muốn theo đuổi, nắm bắt nó nhằm mục đích phân tích, khảo sát. Trong một chừng mực nào đó, có thể nói rằng hiểu được tính chất bí ẩn này cũng có nghĩa là hiểu được thiền.

Nhưng tính chất bí ẩn của thiền - nếu có thể gọi như thế - hoàn toàn không có nghĩa là vô lý hay ức đoán hoặc xuất phát từ trí tưởng tượng. Sự bí ẩn của thiền hoàn toàn có thể được soi rọi dưới ánh sáng của trí tuệ. Tính chất gọi là bí ẩn ấy lại được thể hiện qua những tư tưởng bình thản, êm ả, yên tĩnh, không chia tách và luôn hướng về một chân lý thường tồn. Tuy nhiên, sự êm ả và yên tĩnh ở đây không hề đồng nhất với tính cách lười nhác hoặc không năng động; không phải sự yên lặng chết chóc của cánh đồng hoang không cây cỏ hay của tử thi đang chờ thối rửa theo thời gian. Tính chất yên tĩnh ở đây là của một hố sâu vượt thời gian mà trong đó tất cả cội nguồn của những mâu thuẫn hay điều kiện đều tan biến. Nhà thiền gọi đây là sự "im lặng sấm sét", và từ đó nảy sinh sự sống vô cùng sinh động và linh hoạt.

Như đã nói, Thiền học đã phát triển qua thời gian với sự đóng góp đáng kể của nhiều thế hệ thiền sư. Điều này đã mang lại cho thiền những nét đặc trưng khác hẳn với tất cả những tông phái Phật giáo khác. Một trong những khác biệt này chính là cách tiếp cận với sự việc hết sức đơn giản, trực tiếp và thực tiễn, cũng như luôn gắn bó chặt chẽ với đời sống thường ngày. Rất nhiều cách hiểu sai lệch về thiền đã xuất phát từ việc không nắm bắt được những đặc điểm khác biệt này.

Thiền - Triết học?

Không ít người đã ngộ nhận thiền như một thứ triết lý siêu hình. Điều không thể phủ nhận là thiền thực sự có liên quan đến rất nhiều yếu tố triết học phương Đông, nhưng điều đó không có nghĩa là có thể xem thiền như một loại hình triết học.

Điều chắc chắn là thiền không phải một hệ thống được xây dựng trên cơ sở phân tích lý luận. Trong thực tế, thiền đối lập hoàn toàn với kiểu lý luận phân tích chia tách chủ thể và đối tượng. Thiền xem trọng sự sáng suốt của lý trí, bởi vì yếu tố này là một phần trong toàn bộ tâm thức. Nhưng thiền không chấp nhận xem tâm thức như một tổng thể kết hợp nhiều thành tố mà khi chia tách ra sẽ chẳng còn lại gì. Nếu nhìn từ góc độ phân tích bằng lý trí, thiền chẳng có gì để truyền dạy cả, và cũng chẳng có bất cứ một hệ thống giáo lý nào để buộc những người tin theo phải chấp nhận. Về phương diện này, nhiều người có thể nói rằng thiền là một kiểu học thuyết hỗn tạp, bởi vì mỗi bậc thầy có thể đưa ra những luận thuyết khác nhau theo nhận thức riêng của mình, dựa vào kinh nghiệm của chính bản thân mình, và không hề được truyền dạy những điều ấy từ những người đi trước. Vì thế, Thiền học thực sự không có những "thánh kinh" hay "giáo điều", cũng không có bất cứ khuôn mẫu cố định nào để có thể tuân theo nhằm đạt đến mục đích cuối cùng.

Trong ý nghĩa này, thiền không dạy cho chúng ta bất cứ điều gì cả. Nếu có bất cứ điều gì được giảng dạy trong nhà thiền, thực ra đều là xuất phát từ bản tâm mỗi người. Người học thiền chính là tự học. Thiền chỉ là phương tiện để chỉ ra cho chúng ta một hướng đi. Ngoài ý nghĩa chỉ bày này ra, không có gì được cố ý dựng lên như là những giáo lý căn bản hay nền tảng triết lý nào cả.

Chính những gì vừa nói đã giải thích vì sao Thiền học là một tông phái hình thành từ Phật giáo, nhưng khi đề cập đến mục tiêu tối hậu của người tu thiền thì tất cả kinh điển, sớ giải của đạo Phật lại bị xem như là giấy vụn không hơn không kém. Nhưng điều này lại không nên ngộ nhận như là một biểu hiện của chủ thuyết hư vô. Bởi vì chủ thuyết hư vô chỉ có thể là sự hủy hoại chính mình và không dẫn đến bất kỳ một kết quả nào khác.

Sự phủ nhận có vẻ như cũng là một phương thức tiếp cận vấn đề, nhưng sự thật cuối cùng lại chính là sự khẳng định. Mặc dù thiền không có bất cứ một triết lý nào và phủ nhận tất cả những học thuyết được truyền dạy, cũng như xem thường những gì được gọi là kinh điển, giáo lý, nhưng chúng ta không được quên đi một thực tế là: sự phủ nhận này thật ra là một thái độ hoàn toàn tích cực và nhắm đến một sự khẳng định rốt ráo. Chúng ta sẽ làm rõ hơn điều này trong những chương tiếp theo sau đây.

Thiền - Tôn giáo?

Nếu hiểu tôn giáo theo ý nghĩa thông thường của từ ngữ này, có lẽ thiền khó lòng được chấp nhận như một tôn giáo. Thiền không tôn sùng, thờ kính một đấng thiêng liêng tối cao hay một vị giáo chủ, cũng không thực hành những nghi thức, lễ nghi như thường gặp ở các tôn giáo. Thiền cũng không nói về một thế giới dành cho những người đã chết hay sự thưởng phạt dành cho những việc làm tốt hoặc xấu. Và cuối cùng, thiền không chấp nhận việc có được một tâm hồn thanh thản nhờ vào bất cứ người nào khác. Thiền hoàn toàn không chịu sự trói buộc vào khuôn khổ cứng nhắc của những giáo điều.

Tuy nhiên, khi những người tin vào Thượng đế cho rằng thiền phủ nhận Thượng đế, họ đã hiểu sai về thiền. Thiền không hề phủ nhận Thượng đế, nhưng cũng không xác nhận sự tồn tại của ngài. Trong cách nhìn của thiền, khi phủ nhận một đối tượng thì ngay trong sự phủ nhận đó đã hàm chứa sự thừa nhận một đối tượng nào khác, và ngược lại. Phủ định và khẳng định là hai mặt đồng thời xuất hiện trong quá trình hình thành tư duy lý luận. Như đã nói, thiền không rơi vào phạm trù lý luận mà vượt lên trên để đạt đến một mức khẳng định cao hơn - nếu có thể tạm gọi như thế - khi không còn tồn tại những tính chất đối nghịch, tương phản giữa các sự vật, hiện tượng. Vì thế, sự thật là thiền không phủ nhận cũng không thừa nhận Thượng đế, chỉ đơn giản là vì trong nhà thiền không có sự hiện diện của một Thượng đế tương tự như một số tôn giáo khác. Và cũng vì thế, có thể nói thiền không phải là một tôn giáo.

Thiền - Thiền định?

Như đã nói, đây là một sự nhầm lẫn rất thường gặp ở nhiều người, ngay cả ở một số Phật tử. Hầu như tất cả những người học thiền đều thực hành thiền định như một phương pháp tu tập chính. Tuy nhiên, điều đó hoàn toàn không có nghĩa là có thể đồng nhất hai danh từ này. Tu tập thiền định chỉ là một khía cạnh trong cuộc sống của người học thiền, nhưng không phải là mục đích cuối cùng. Mục tiêu nhắm đến của thiền là nhận ra và tự mình làm chủ được bản tâm, bằng sự quán sát sâu vào bản chất thực sự của tâm. Việc nhận ra được bản chất thực sự của tâm thức được nhà thiền gọi là "kiến tánh", hay thấy tánh, và được xem là mục tiêu cơ bản nhất của người học thiền. Vì thế, thiền không đơn thuần là thiền định, mà trong thực tế chỉ sử dụng thiền định như một trong các phương thức để đạt đến mục tiêu của mình. Toàn bộ các phương pháp tu tập, rèn luyện của thiền là nhắm đến việc mở rộng nhận thức nội tâm để có thể nhìn thấu bản chất của sự hiện hữu.

Khi thực hành thiền định, hành giả tập trung tư tưởng vào một đối tượng nào đó, chẳng hạn như quán tưởng về lòng từ bi không giới hạn, hoặc về tính chất vô thường của đời sống. Theo cách nhìn của thiền thì sự quán tưởng này cũng chỉ là phương tiện, không phải mục đích. Bởi vì thiền nhấn mạnh sự vượt thoát mọi ràng buộc, mọi nỗ lực phi tự nhiên. Về bản chất, thiền định cũng là một nỗ lực phi tự nhiên. Trong cách nhìn của một thiền giả, chim bay giữa trời, cá bơi trong nước, tất cả đều đã là quá đủ và không cần có bất cứ một nỗ lực thay đổi nào. Tại sao chúng ta phải bận tâm đến những điều như là sự hợp nhất giữa con người và Thượng đế, hay tính chất vô nghĩa của đời sống? Tại sao phải phí bỏ thời gian quý giá trong cuộc sống để bận tâm đến thiên đàng của các vị thần thánh hay hỏa ngục với lửa dữ thiêu đốt? Vì thế, thiền định cũng chỉ được xem là một phương tiện giúp hành giả đạt đến một kinh nghiệm tâm linh và mở rộng nhận thức nội tâm, tiến gần hơn đến việc trực nhận thực tại đời sống. Trong ý nghĩa đó, việc thực hành thiền định trong nhà thiền rõ ràng cũng có phần khác biệt mà không hoàn toàn giống như ở các tông phái khác.

Đối với thiền, thực ra không có đối tượng nào để tâm thức có thể hướng đến. Thiền là đám mây trắng bềnh bồng trôi giữa bầu trời trong xanh. Không có gì trói buộc, kiềm hãm nó. Nó trôi đi tùy thích. Đôi khi, thiền dạy chúng ta suy ngẫm về tính đồng nhất của vạn vật khi mọi sự khác biệt và bất đồng được soi rọi trong ánh sáng trí tuệ và triệt tiêu hoàn toàn. Đôi khi, thiền cũng dạy chúng ta biết rằng mỗi bông hoa dại nhỏ nhoi trên cánh đồng rộng lớn đều phản chiếu ánh sáng hiện hữu huy hoàng của toàn vũ trụ.

Nhưng điều mà thiền thực sự nêu lên là: "Xét cho cùng, vạn hữu có thể gom về nhất thể, nhất thể ấy sẽ gom về đâu?" Thiền vốn nhắm đến giải phóng tâm thức khỏi mọi sự ràng buộc, ngăn ngại, nên đối với thiền thì ngay cả ý tưởng "một" hay "tất cả" cũng đã là một thứ chướng ngại, một thứ bẫy rập đe dọa siết chặt sự tự do của tâm thức. Và việc thực hành công phu thiền định trong nhà thiền không được phép rơi vào những sự trói buộc đó.

Thiền là gì?

Thiền không bao giờ đặt ra vấn đề so sánh các đối tượng theo cách cái này "là" hay "không phải là" cái kia. Vì thế, ngay cả việc đặt ra câu hỏi thiền là gì đã là một điều không thể có trong nhà thiền. Nhưng đây lại chính là nỗi ám ảnh không sao tránh khỏi của những người mới bước chân đến cửa thiền. Rốt lại, thiền là gì mà chúng ta lại phải bỏ công tìm hiểu hay thâm nhập?

Và nếu phải hé mở cánh cửa thiền để mời gọi những ai đang đứng phía bên ngoài, thiền có thể sẽ tạm đưa ra một vài ý tưởng gợi mở để thỏa mãn cơn khát tri thức của những người ngoại cuộc. Thiền là sự trực nhận cảm giác nóng ấm của lửa hay giá lạnh của băng, bởi điều rất đơn giản là chúng ta ai cũng run lên khi bị lạnh và sẽ thích thú nếu lúc ấy được lại gần lửa ấm. Sự trực nhận là tất cả những gì thiền quan tâm đến, bởi vì mọi lý thuyết đều không thể đạt đến bản chất của thực tại.

Nhưng sự trực nhận cảm giác được đề cập ở đây phải được hiểu theo ý nghĩa sâu xa nhất, hoặc trong dạng thức thuần khiết nhất của nó. Ngay khi ta sinh khởi một ý niệm đơn giản như "Tôi nhận biết cảm giác", lập tức sẽ không còn có sự hiện hữu của thiền nữa. Bởi vì vấn đề đã bị đóng khung vào khái niệm, trong khi thiền lại luôn chống lại sự hình thành các khái niệm. Và đó chính là lý do vì sao thiền rất khó nắm bắt đối với những bộ óc đầy khái niệm.

Thiền hướng đến sự quán sát mọi sự vật theo đúng với bản chất tự nhiên của chúng. Thiền tiếp cận với mọi sự vật trong mối tương quan trực tiếp và chặt chẽ với đời sống thực tiễn hằng ngày, bằng cách trực nhận mà không nhắm đến khái quát hay chia chẻ chúng. Vì thế, thiền giúp cho chúng ta thâm nhập để rồi cuối cùng hòa nhập với đối tượng quán sát, và thực sự xóa bỏ ranh giới phân biệt giữa chủ thể và đối tượng.

Điều thú vị là trong hầu hết các trường hợp, thiền tỏ ra có sức hấp dẫn mạnh mẽ đối với những ai lần đầu tiên được nghe nói đến. Nhưng ngay khi bắt tay vào việc "tìm hiểu", "nắm bắt" lấy thiền, người ta liền nhận ra là thiền không dễ hiểu chút nào! Kết quả tất nhiên thường là một sự chia tay, hoặc đi đến những nhận thức lệch lạc như chúng ta đã đề cập. Nói một cách văn vẻ hơn, thiền dường như rất hấp dẫn khi thoáng nhìn từ bên ngoài với khoảng cách từ xa, nhưng càng đến gần lại càng trở nên mơ hồ, khó nắm bắt!

Nhưng những điều ấy chỉ là dáng vẻ bên ngoài, nghĩa là đối với những ai còn đứng ngoài cuộc. Nếu bạn có thể đến với thiền thực sự như người đi tìm một con đường sống và trải qua những năm tháng kiên trì thực hiện phương pháp tu tập đúng đắn, có thể rồi bạn sẽ hiểu ra được ít nhiều về thiền.

Đại văn hào Victor Hugo có lần nói: "Phương thức vươn lên để hiểu được Thượng đế là hãy cúi xuống để nhìn sâu vào nội tâm mình." Phát biểu này có phần nào đó tương đồng với ý tưởng cơ bản của thiền trong việc quay về quán sát bản tâm. Nhưng thiền nhấn mạnh rằng hành giả phải làm điều này bằng cách trực nhận và không dựa vào bất cứ yếu tố nào từ bên ngoài. Do đó, thiền giả từ chối tất cả những gì đến từ bên ngoài, ngay cả từ một bậc thầy đáng kính. Sự tự tin tuyệt đối được đặt vào nơi bản tâm. Vì thế, bất kỳ điều gì đáng tin cậy đối với hành giả đều phải xuất phát từ bản tâm. Điều này không chỉ là một cách nói biểu trưng, mà là được nói ra với nghĩa chính xác nhất của từ ngữ. Ngay cả khả năng biện giải lý luận của bản thân hành giả cũng không được xem là chỗ dựa. Ngược lại, nó còn là rào cản trong sự trực nhận bản tâm. Công việc của tri thức là đóng vai trò trung gian diễn dịch, mà thiền lại không chấp nhận sự trung gian diễn dịch, trừ khi hành giả có nhu cầu giao tiếp với người khác. Chính vì lý do này, tất cả kinh điển đối với với thiền chỉ có ý nghĩa gợi mở, chỉ bày, không bao giờ được xem là mang ý nghĩa rốt ráo cuối cùng.

Bản chất cốt lõi của đời sống như đang diễn ra chính là những gì thiền nhắm đến, với một cung cách trực tiếp và sống động nhất. Thiền tự nhận là mang tinh thần Phật giáo, nhưng kỳ thật có thể xem đây là tinh thần của tất cả mọi tôn giáo và triết học. Khi thấu hiểu được thiền, chúng ta đạt đến trạng thái an bình, thanh thản tuyệt đối của tâm thức và sống theo với ý nghĩa đích thực của đời sống. Không có tôn giáo hay triết học nào lại có thể mong cầu nhiều hơn thế!

Một số người cho rằng thiền mang tính chất kỳ bí nên chẳng thể xem là khác biệt so với các tôn giáo. Tuy nhiên, nếu thiền có tính chất kỳ bí, thì đó cũng là sự kỳ bí rất đặc trưng của thiền trong mắt nhìn của những người không hiểu thiền. Sự kỳ bí đó được thể hiện trong những hiện tượng quanh ta như mặt trời mọc lên mỗi buổi sáng, hoa nở trong vườn, tiếng chim hót đâu đây... Nếu những ý nghĩa ấy được xem là kỳ bí thì thiền quả thật rất kỳ bí!

Khi ngài Triệu Châu hỏi ngài Nam Tuyền: "Đạo là gì?" Ngài Nam Tuyền trả lời: "Tâm bình thường là đạo." Còn có cách diễn đạt nào có thể trực tiếp và đơn giản hơn chăng? Điều này quả thật chẳng liên quan gì đến việc phân chia các tôn giáo hay triết học. Trong ý nghĩa này, thiền có thể được vận dụng bởi tất cả mọi tôn giáo, cũng như các loài cá khác nhau đều có thể bơi lội thỏa thích trong cùng một dòng nước, cùng sống hòa hợp trong một đại dương.

Thiền là đại dương của muôn loài cá, là không khí mà ta thở hít mỗi ngày, là ngọn núi, là sấm sét, là hoa nở mùa xuân, là cái nóng mùa hè, là cái lạnh mùa đông; và còn hơn thế nữa, thiền chính là con người. Bất chấp tất cả những hình thức thay đổi, những quy ước hay những gì được thêm thắt vào trong suốt quá trình phát triển của thiền, phần tinh túy cốt lõi của thiền vẫn luôn sinh động. Chúng ta vẫn có thể trực nhận được thực tại cuối cùng mà không bị lệch lạc bởi bất cứ định kiến nào.

Tính chất độc đáo của thiền chính là nằm ở sự rèn luyện tâm thức để có thể trực nhận ý nghĩa sâu xa của đời sống ngay trong những gì vô cùng đơn giản. Với sự phát triển của thiền, những điều bí ẩn nhất cũng không còn là bí ẩn nữa. Thiền biểu hiện ngay trong cuộc sống rất bình thường và vô vị, nhưng nó dạy cho ta mở rộng nhận thức để có thể thấy được điều tuyệt vời ngay trong những cuộc sống tầm thường. Những điều kỳ bí nhất được nhận ra ngay trong cuộc sống diễn ra hằng ngày, hằng giờ. Hãy nghe kệ tụng sau đây trong bài thứ 19 của tập Vô Môn Quan:

Xuân có trăm hoa, thu có trăng,
Hạ về gió mát tuyết đông giăng.
Ví lòng thanh thản không lo nghĩ,
Ấy buổi êm đềm chốn thế gian.[1]

Nguyên văn chữ Hán:

春有百花秋有月

夏有涼風冬有雪

若無閑事挂心頭

便是人間好時節

Xuân hữu bách hoa, thu hữu nguyệt,
Hạ hữu lương phong, đông hữu tuyết.
Nhược vô nhàn sự quải tâm đầu,
Tiện thị nhân gian hảo thời tiết.

Quả thật, chúng ta không thấy có chút gì kỳ bí trong bài kệ tụng trên, càng không thấy có gì cách biệt giữa cái nhìn của thiền với bất kỳ dòng tư tưởng nào khác. Sở dĩ như vậy, là vì thiền ở đây không phải gì khác hơn một sự trực nhận từ cuộc sống.

Khi nhận ra được ý nghĩa đích thực của đời sống, thiền giúp chúng ta mở rộng tâm hồn để ôm trọn cả thời gian và không gian vô tận vào trong mỗi một nhịp sống trôi qua, giúp chúng ta sống trong thế giới trần tục này như thể đang sống trong một thiên đàng tuyệt hảo. Và tất cả những thành quả tinh thần kỳ

---

[1] Bản dịch thơ của Trần Tuấn Mẫn, dẫn theo Từ điển Phật học của Chân Nguyên - Nguyễn Tường Bách.

diệu này không phải dựa vào bất cứ học thuyết, triết lý nào để có được, mà đơn giản chỉ là một sự xác quyết trực nhận chân lý sâu xa nằm ngay trong bản tâm mỗi người.

Dù được biểu hiện bằng cách nào, thiền vẫn luôn mang tính chất rất thực tiễn, bình thường nhưng đồng thời cũng là sống động nhất. Trong thực tế, không có tính sáng tạo và độc đáo thì không thể là thiền, bởi vì thiền không chấp nhận các khái niệm đã được dựng sẵn mà chỉ trực nhận tính chất sống động ngay trong đời sống. Khi bị đóng khung trong các khái niệm, hành động đưa một ngón tay lên chỉ có thể mang ý nghĩa là một cử chỉ hết sức nhỏ nhặt trong đời sống của bất cứ ai. Nhưng một khi được soi rọi dưới ánh sáng của thiền, cử chỉ nhỏ nhặt này bừng tỏa một ý nghĩa thiêng liêng và đầy sức sống sáng tạo. Chính vì thiền có thể giúp chúng ta thoát ra khỏi được sự ràng buộc của những khái niệm và tập quán tự lâu đời nên chúng ta mới thực sự cần đến sự hiện hữu của thiền.

Nghĩa không trong Thiền học

Mặc dù là vị tổ thứ 6 của Thiền Trung Hoa, nhưng tổ Huệ Năng (638 - 713) vẫn thường được xem như vị tổ sư nổi bật nhất khởi đầu cho một thời kỳ hưng thịnh của thiền môn. Thực ra, nhiều người đã xem ngài như người chính thức khai sinh ra Thiền tông Trung Hoa như một tông phái độc lập với những nét đặc thù so với các tông phái khác tại Trung Hoa thời bấy giờ.

Lục Tổ Huệ Năng bộc lộ cái nhìn của ngài về thiền qua bài kệ nổi tiếng được nhiều người biết đến như sau:

Bồ-đề vốn chẳng phải cây,
Gương sáng cũng chẳng phải đài.
Xưa nay vốn không một vật,
Chỗ nào bám được bụi nhơ?

Nguyên văn chữ Hán:

菩提本無樹

明鏡亦非臺

本來無一物

何處惹塵埃

Bồ-đề bản vô thụ,
Minh kính diệc phi đài.
Bản lai vô nhất vật,
Hà xứ nhạ trần ai?

Bài kệ này được Lục Tổ nói ra sau khi đã đọc qua một bài kệ khác của đại sư Thần Tú, cũng được viết ra để bày tỏ kiến giải về thiền. Bài kệ của đại sư Thần Tú như sau:

Thân là cây Bồ-đề,
Tâm như đài gương sáng.

Thường siêng lau siêng rửa,
Chớ để bám bụi nhơ.

 Nguyên văn chữ Hán:

身是菩提樹，

心如明鏡臺。

時時勤拂拭，

勿使惹塵埃。

Thân thị Bồ-đề thụ,
Tâm như minh kính đài.
Thời thời cần phất thức,
Vật sử nhạ trần ai.

Cả hai vị đều là môn đệ của Ngũ Tổ Hoằng Nhẫn (602-675), và qua hai bài kệ này mà Ngũ Tổ đã quyết định chọn ngài Huệ Năng làm tổ thứ 6 của Thiền tông.

Với sự ấn chứng này, bài kệ của Lục Tổ rõ ràng được nhiều người xem như một sự mô tả đáng tin cậy về thiền. Và nội dung mô tả ấy có vẻ như không nêu lên gì ngoài một sự phủ nhận toàn bộ các đối tượng được đề cập đến. Từ cách hiểu như thế, rất dễ cho rằng bài kệ đã trình bày một nghĩa không bao hàm tất cả.

Thật ra, nghĩa không còn được đề cập đến trong rất nhiều trường hợp khác. Và trong một chừng mực nào đó, ít nhất là nhìn từ bên ngoài thì quả thật là thiền nói nhiều đến nghĩa không như một ý nghĩa chủ đạo. Tuy nhiên, chúng ta hãy nghe về nghĩa không trong một bài kệ của thiền sư Định Hương (?-1051), một thiền sư Việt Nam vào đời nhà Lý:

Xưa nay vốn không xứ sở,
Xứ sở ấy là nguồn tông.
Nguồn tông thật như huyễn ảo,
Có ảo tức chẳng có không.

本來無處所

處所是真宗

真宗如是幻

幻有即空空

Bản lai vô xứ sở,
Xứ sở thị chân tông.
Chân tông như thị ảo,
Ảo hữu tức không không.

Tính tương đối của nghĩa không đã được bài kệ nêu lên khá rõ. Hay nói khác đi, thiền sư đã cảnh báo người học về thiên hướng chấp chặt cái không, bởi vì ngay khi nhìn nhận tính chất huyễn ảo không bền chặt của muôn pháp thì cũng đồng thời cũng phải thấy được ngay cả nghĩa không cũng chẳng phải là không. Trong bài thứ 26 của tập Vô Môn Quan có kệ tụng rằng:

Rèm cuốn sáng lên suốt thái không,
Thái không vẫn chưa hợp nguồn tông.
Chỗ hợp chỗ không đều vất sạch,
Mênh mông đầy khắp gió chẳng thông.

Nguyên văn chữ Hán:

卷起明明徹太空
太空猶未合吾宗
爭似從空都放下
綿綿密密不通風

Quyến khởi minh minh triệt thái không,
Thái không do vị hợp ngô tông.
Tránh tự tùng không đô phóng hạ,
Miên miên mật mật bất thông phong.

Bức tranh sinh động ở đây cho thấy rõ ràng là thiền sư không hề nhắm đến một cái không theo nghĩa phủ nhận hoàn toàn. Để đạt đến tầm vóc của một cái không như thế, người ta phải nắm được trong tay mọi cái có của thế giới này!

Chúng ta không thể phủ nhận một sự thật là nghĩa không trong thiền cực kỳ khó nắm bắt. Trong cuộc gặp gỡ lần đầu tiên với tổ Bồ-đề Đạt-ma khi ngài vừa đến Trung Hoa vào năm 520, vua Lương Võ Đế, một vị vua hết sức sùng tín và đã làm rất nhiều điều để ủng hộ Phật pháp, đặt ra câu hỏi: "Thế nào là nghĩa lý cao tột nhất của bậc thánh?" (如何是聖諦第一義 - Như hà thị thánh đế đệ nhất nghĩa?)

Tổ sư đáp: "Trong chỗ rỗng rang chẳng có bậc thánh." (廓然無聖 - Khuếch nhiên vô thánh.)

Vua lại hỏi: "Đối diện với trẫm là ai?" (對朕者誰 - Đối trẫm giả thùy?)

Tổ sư đáp: "Không biết." (不識 - Bất thức.)

Mẩu đối thoại ngắn ngủi này đã kết thúc quá trình tham học về thiền của một vị vua vốn đầy nhiệt tình với Phật pháp, đã sai quan viên Quảng Châu ra tận cửa biển để nghênh tiếp Tổ sư về diện kiến. Bởi vì sau đó Tổ sư biết nhà vua không thể tiếp nhận nổi ý nghĩa sâu xa của pháp thoại nên đã ra đi đến ở chùa Thiếu Lâm, núi Tung Sơn thuộc đất Ngụy. Chúng ta có thể lấy làm tiếc cho nhà vua đã bỏ lỡ cơ hội ngàn năm có một khi không nhận được gì từ một bậc tổ sư chân truyền, nhưng chúng ta cũng có thể hiểu được và không lấy làm lạ về sự việc. Bởi vì để nắm bắt được nghĩa không trong mỗi một câu "Khuếch nhiên vô thánh" vừa dẫn trên, không thể chỉ dựa vào lòng nhiệt thành mà được. Huống chi sau đó Tổ sư còn bồi thêm một liều "thuốc không" cực mạnh với câu trả lời "không biết". Nhà vua vốn chỉ đến với Phật pháp qua những hiểu biết đơn thuần trong phạm vi tạo phước, làm lành, chưa từng có những kinh nghiệm tâm linh về thiền học, tất nhiên phải bỏ lỡ mũi tên mạnh mẽ mà Tổ sư bắn ra.

Qua câu chuyện này, chúng ta thấy việc nắm bắt được nghĩa không trong thiền học quả là không dễ dàng và đơn giản chút nào.

Nhưng mặt khác, nếu bạn nghĩ đến việc bỏ ra 5 năm hoặc 10 năm để nghiên tầm kinh điển hầu có thể nắm bắt, lý giải được nghĩa không trong Thiền học, điều đó có thể cũng không đưa đến kết quả nào. Vấn đề ở đây là một sự trực nhận vượt trên mọi khái niệm, nên giới hạn của ngôn ngữ không thể nào vươn tới. Mâu thuẫn nảy sinh của người đi tìm nghĩa không trong Thiền học chính là ở chỗ cố dựng lên một khái niệm, một cách mô tả hoặc lý giải nào đó để "nắm bắt" lấy nghĩa không. Nhưng điều này lại ngay lập tức đóng khung vấn đề vào một giới hạn nhất định của khái niệm bất kỳ nào đó vừa dựng lên. Và kết quả là không làm được gì khác hơn ngoài việc tạo ra một khái niệm mới trong rừng khái niệm vốn đã dày đặc của tri thức.

Sự trực nhận đòi hỏi quá trình rèn luyện, tu tập để khơi mở bản năng trực giác trong tự tâm mà không phải là sự thu lượm, tích lũy những tri thức, kiến giải từ bên ngoài. Một lần nữa, cần nhắc lại ở đây rằng kinh nghiệm tự thân chính là điều quan trọng nhất đối với người học thiền.

Chúng ta hãy quay trở lại với bài kệ của Lục Tổ được dẫn ra ở đầu mục này. Nguyên do bài kệ được nói ra là trong bối cảnh đáp lại với bài kệ của đại sư Thần Tú. Hay nói khác đi, nếu chúng ta rời khỏi bối cảnh này để tìm hiểu nghĩa không trong bài kệ, chúng ta khó lòng tránh khỏi những nhận thức sai lệch.

Bài kệ của đại sư Thần Tú được Ngũ Tổ khen là ít có, và khuyến khích các đệ tử của mình thắp hương lễ bái, với nhận xét: "Y theo kệ này tu khỏi đọa nẻo ác, y theo kệ này tu được lợi ích lớn." (依此偈修免墮惡道. 依此偈修有大利益. - Y thử kệ tu miễn đọa ác đạo. Y thử kệ tu hữu đại lợi ích.)

Tuy không được chọn để kế tục tổ vị, nhưng có thể nói đại sư Thần Tú đã vượt trội hơn tất cả những môn đệ khác của Ngũ Tổ, chỉ trừ Lục Tổ Huệ Năng. Chính là để chỉ rõ bài kệ của đại sư Thần Tú chưa nắm được yếu chỉ rốt ráo của thiền mà Lục Tổ mới nói ra bài kệ "không" như trên. Có thể nói, đại sư Thần Tú như con mãnh hổ sau bao nhiêu nỗ lực tinh cần và mạnh mẽ đã lên đến đỉnh núi cao nhất và ngước nhìn bầu trời cao rộng, nhưng Lục Tổ lại như con chim bằng ngay từ đỉnh núi ấy đã nhẹ nhàng vỗ cánh bay lên để hòa nhập, mất hút vào khoảng không mênh mông không còn giới hạn. Vì thế, một số người đời nay đọc kinh Pháp Bảo Đàn và cho rằng bài kệ của đại sư Thần Tú là "chưa thấy tánh", e rằng nhận xét ấy có phần nào chưa được thỏa đáng.[1] Mặt khác, bài kệ của Lục Tổ vốn được nói ra để phá sạch những chỗ vướng mắc cuối cùng của đại sư Thần Tú, như giọt nước cuối cùng để làm tràn ly nước... Nếu tách rời khỏi bài kệ của đại sư Thần Tú để hiểu bài kệ của Lục Tổ, tất nhiên sẽ có chỗ lệch lạc. Nói cách khác, một khi chưa tự mình nhận ra được chỗ vướng mắc của đại sư Thần Tú mà muốn ôm lấy nghĩa không của Lục Tổ, điều đó sẽ rất dễ dẫn đến hiểu sai về nghĩa không đích thực trong Thiền học.

Nói tóm lại, nghĩa không được đưa ra trong thiền như một phương tiện để đối kháng với những cái có

---

[1] Một cách chính xác, nhận xét này do Ngũ Tổ đưa ra vào thời điểm ấy. Nhưng nếu là người chưa thực sự chứng đắc mà mượn lấy nhận xét này để xem thường bài kệ của đại sư Thần Tú thì quả là đáng tiếc.

đang đè nặng trong tâm thức mỗi người. Nếu thoát khỏi những ràng buộc, ngăn ngại của khái niệm và tri thức, thì ngay cả cái không cũng không thể tồn tại để bám vào. Mục đích cuối cùng của thiền, như đã nói, vẫn là trực nhận cuộc sống như nó đang diễn ra, và điều đó là hoàn toàn có thật khắp quanh ta, làm sao có thể nói là không?

Ngôn ngữ thiền

Nếu phải chọn một khái niệm để đề cập đến vấn đề mà chúng ta đang trao đổi, tôi thích chọn dùng khái niệm "ngôn ngữ thiền". Quả thật, cho dù vẫn không nằm ngoài phạm trù ngôn ngữ nói chung, nhưng ngôn ngữ được sử dụng trong nhà thiền vẫn luôn có những nét đặc trưng không thể nhầm lẫn được, và ngay cả trong khi phải sử dụng đến ngôn ngữ thì thiền vẫn không ngừng nỗ lực vùng vẫy tìm kiếm một lối thoát ra bên ngoài những giới hạn thông thường của ngữ nghĩa.

Khi Sơ tổ Bồ-đề Đạt-ma truyền pháp cho Nhị tổ Huệ Khả có nhắc lại lời đức Phật rằng: "Ta có chánh pháp nhãn tạng, tâm Niết-bàn huyền diệu, tướng chân thật không tướng, pháp môn vi diệu, không lập thành văn tự, truyền riêng ngoài giáo điển, nay truyền lại cho Ma-ha Ca-diếp." (吾有正法眼藏，涅槃妙心，實相無相，微妙法門，不立文字，教外別傳，付囑摩訶迦葉 - Ngô hữu Chánh pháp nhãn tạng, Niết-bàn diệu tâm, thật tướng vô tướng, vi diệu pháp môn, bất lập văn tự, giáo ngoại biệt truyền, phó chúc Ma-ha Ca-diếp.)

Căn cứ vào đây, từ đó về sau tám chữ "bất lập văn tự, giáo ngoại biệt truyền" đã được xem như một phần trong tông chỉ của thiền môn.

Trong kinh Duy-ma-cật, phẩm Nhập bất nhị pháp môn, khi được hỏi về pháp môn bất nhị, tức là nghĩa rốt ráo của chư pháp, Bồ Tát Văn Thù nói: "Đối với tất cả các pháp không nói, không thuyết, không chỉ, không nhớ, lìa khỏi sự vấn đáp." (於一切法無言, 無說, 無示, 無識, 離諸問答 - Ư nhất thiết pháp vô ngôn, vô thuyết, vô thị, vô chí, ly chư vấn đáp.)

Cũng trả lời câu hỏi này, ngài Duy-ma-cật mặc nhiên im lặng. Bồ Tát Văn Thù khen ngợi mà nói rằng: "Cho đến ngôn ngữ cũng hoàn toàn dứt bặt, mới thật là nhập vào pháp môn chẳng phân hai." (乃至無有文字語言, 是真入不二法門. - Nãi chí vô hữu văn tự ngữ ngôn, thị chân nhập bất nhị pháp môn.)

Chỉ nêu ra đây vài dẫn chứng tiêu biểu mang tính cách khởi đầu, còn có vô số những trường hợp khác cho thấy Thiền tông luôn chú trọng đến tinh thần "bất lập văn tự". Thế nhưng, cũng đã có không ít ngộ nhận về tinh thần này.

Trước hết, "bất lập văn tự" không hề mang ý nghĩa phủ nhận văn tự, hay nói rộng ra là ngôn ngữ, kinh văn giáo điển... Điều đó chỉ đơn giản là vì ý nghĩa trực nhận của thiền vượt ra ngoài phạm trù của văn tự ngữ nghĩa. Dù có cố gắng đến đâu, hành giả cũng không thể sử dụng văn tự để diễn đạt đầy đủ ý nghĩa trực nhận này, và vì thế mà "bất lập văn tự" là khả năng lựa chọn duy nhất.

Trong ý nghĩa này, chúng ta thừa nhận tính chất giới hạn của ngôn ngữ chứ không gạt bỏ việc sử dụng ngôn ngữ. Chính từ đây nảy sinh cái gọi là ngôn ngữ thiền, với những cố gắng vận dụng sáng tạo theo mọi hướng để vượt qua giới hạn của ngôn ngữ.

Tính chất giới hạn của ngôn ngữ không phải là một nhận xét chủ quan, mà có thể dễ dàng nhận thấy ngay trong cuộc sống hằng ngày. Cơ sở giao tiếp của ngôn ngữ là tính quy ước trong các khái niệm về sự vật, nhưng những khái niệm lại không bao giờ đồng nhất ở mọi người. Ngay cả những khái niệm thông thường nhất như tốt, xấu, nóng, lạnh, hay, dở... cũng chỉ tương đồng trong chúng ta ở một mức độ tương đối nào đó mà không bao giờ đồng nhất như nhau. Mặt khác, thực tại là vô hạn trong khi các khái niệm ngôn ngữ là giới hạn.

Sở dĩ chúng ta vẫn có thể giao tiếp bình thường trong cuộc sống hằng ngày là vì tất cả chúng ta đều chấp nhận tính tương đối của các khái niệm ngôn ngữ. Cho dù trong bất cứ tình huống giao tiếp nào thì ý nghĩa biểu đạt của người nói và ý nghĩa tiếp nhận của người nghe vẫn luôn có một độ lệch nhất định, nhưng chúng ta chấp nhận mức độ sai lệch tương đối đó.

Khi thiền tiếp cận và trực nhận ý nghĩa của đời sống thì vấn đề đã khác đi. Giới hạn của ngôn ngữ là quá chật hẹp đến mức trở thành rào cản cho sự trực nhận. Mọi khái niệm đều trở thành gánh nặng buộc chúng ta phải cảm nhận theo cách này hay cách khác mà không hoàn toàn tự do trong sự tiếp xúc với đời sống. Từ vị trí bế tắc này, thiền buộc phải bức phá ra khỏi lớp vỏ dày đặc của những khái niệm bằng một kiểu "ngôn ngữ phi ngôn ngữ" mà ta tạm gọi là ngôn ngữ thiền. Sự bức phá cũng có thể được thực hiện bằng những hành động biểu đạt mạnh mẽ và trực tiếp như một tiếng hét, một cú đánh... cho đến những cử chỉ "kỳ bí" như đưa một ngón tay lên hay thổi tắt một ngọn đèn... Và cũng trong không ít trường hợp, sự bức phá được thể hiện bằng chính sự im lặng!

Vì thế, thiền chẳng những không phủ nhận việc sử dụng ngôn ngữ, mà thực ra còn đòi hỏi hành giả phải biết vận dụng ngôn ngữ một cách nhuần nhuyễn và sáng tạo, vượt xa mức độ thông thường. Bởi vì, bất chấp sự giới hạn trong việc biểu đạt thực tại, ngôn ngữ văn tự vẫn là công cụ giao tiếp mà chúng ta luôn cần đến. Trong thực tế, các vị thiền sư luôn là những bậc thầy về ngôn ngữ. Trước khi vượt qua giới hạn của ngôn ngữ, các vị luôn tận dụng được tất cả những khả năng mà giới hạn đó cho phép.

Thiền sư Đức Sơn khi đến tham học với ngài Long Đàm, sau khi đạt ngộ liền mang hết những bộ sớ giải kinh Kim Cang đến trước pháp đường mà đốt sạch. Có người do đây mà cho rằng kinh điển chẳng có ý nghĩa gì trong Thiền tông. Điều này hoàn toàn sai lầm. Khi tổ Bồ-đề Đạt-ma sang Trung Hoa cũng mang theo bên mình bộ kinh Lăng-già, sau truyền lại cho tổ Huệ Khả. Cho đến tổ Huệ Năng là người chưa từng học chữ, cũng nhờ nghe kinh Kim Cang mà đạt ngộ. Hơn thế nữa, ngày nay đọc kinh Pháp Bảo Đàn,[1] chúng ta càng ngạc nhiên hơn khi không thể phủ nhận được năng lực diễn đạt và những biện luận vô cùng chặt chẽ trong đó. Vấn đề văn phong có thể tạm cho là do nơi người ghi chép, nhưng ý tứ biểu đạt của Tổ sư thì không thể phủ nhận được, rõ ràng là rất uyên áo trong việc sử dụng ngôn ngữ.

Những bộ ngữ lục của Thiền tông, chẳng hạn như Bích Nham Lục, Vô Môn Quan... có thể là rất khó hiểu hoặc thậm chí kỳ bí đối với những ai chưa từng biết đến thiền. Tuy nhiên, ai cũng có thể cảm nhận được giá trị nghệ thuật văn chương trong các tác phẩm này. Những hình tượng nghệ thuật cũng như những cách diễn đạt sinh động và súc tích dường như có thể tìm thấy bàng bạc ở khắp nơi trong tác phẩm. Đôi khi, người đọc có thể cảm nhận được những vẻ đẹp sinh động ngay cả khi không hiểu hết được ý muốn nói của câu văn. Trong Thiền uyển tập anh, một tác phẩm ghi lại hành trạng của các vị thiền sư Việt Nam, chúng ta cũng có thể thấy được rất nhiều trường hợp như vậy. Chẳng hạn, khi được hỏi về ý

---

[1] Kinh Pháp Bảo Đàn do đệ tử của Lục Tổ Huệ Năng ghi chép lại những lời giảng của ngài.

nghĩa của Phật và Thánh, thiền sư Viên Chiếu (999 - 1090) đã đáp bằng hai câu thơ sau:

Ly hạ trùng dương cúc,
Chi đầu thục khí oanh.

籬下重陽菊

枝頭淑氣鶯

Tạm dịch:

Cúc trùng dương dưới giậu,
Oanh thục khí đầu cành.

Chúng ta có thể chẳng hiểu chút nào về ý nghĩa Phật và Thánh khi đọc hai câu thơ này, nhưng có thể dễ dàng cảm nhận được một vẻ đẹp đơn sơ như tỏa ra từ những hình ảnh mà câu thơ gợi lên.

Nhưng đôi khi cũng có những cách diễn đạt gần gũi hơn mà không kém phần súc tích, như trong trường hợp bài kệ sau đây của thiền sư Mãn Giác:

Xuân khứ bách hoa lạc,
Xuân đáo bách hoa khai.
Sự trục nhãn tiền quá,
Lão tùng đầu thượng lai.
Mạc vị xuân tàn hoa lạc tận,
Đình tiền tạc dạ nhất chi mai.

春去百花落

春到百花開

事逐眼前過

老從頭上來

莫謂春殘花落盡

庭前昨夜一枝梅

Tạm dịch:

Xuân đi hoa rụng tơi bời,
Xuân về hoa nở tươi cười đón xuân.
Việc đời trước mắt trôi qua,
Trên đầu tóc bạc tuổi già đến nơi.
Chớ bảo xuân tàn hoa rụng hết,
Đêm qua sân trước một cành mai.

Trong bài kệ này, có thể thấy sự diễn tiến qua hai phần. Với bốn câu đầu, chúng ta nhận ra những sự thật hầu như quen thuộc với bất cứ ai. Nhưng cũng vì quá quen thuộc nên chúng ta thường xao lãng chẳng mấy khi suy ngẫm đến. Đó là chuỗi diễn biến của đời sống thật ngắn ngủi mà trong đó tất cả những được, thua, hơn, kém... chỉ là sự xoay vần trong một toàn cảnh tất yếu luôn biến dịch. Có thể nói là ở đây ngôn ngữ đã được vận dụng thật khéo léo để bộc lộ hết khả năng diễn đạt của nó.

Nhưng bước sang hai câu cuối cùng, cũng là phần lóe sáng, phần cốt lõi của bài thơ thì có vẻ như chúng ta đã nhận ra được dáng vẻ của ngôn ngữ thiền.

Có thể chúng ta sẽ muốn bình giải, giảng luận về hai câu thơ này để chúng được "dễ hiểu" hơn - và không ít người đã làm điều đó. Nhưng sự thật là dường như không mấy ai có thể hài lòng với công việc này. Bởi vì dù có phân tích, giảng giải đến mức độ nào, chúng ta vẫn cảm thấy có điều gì đó "chưa hoàn chỉnh" trong cách hiểu về hai câu thơ này. Và dường như cách tốt nhất vẫn là suy ngẫm với những hình ảnh được đưa ra trong câu thơ mà không cần phân tích giảng giải gì thêm nữa.

Chớ bảo xuân tàn hoa rụng hết,
Đêm qua sân trước một cành mai.

Ở đây thơ không chỉ đơn thuần là thơ nữa, mà như đã vẽ lên trước mắt ta một bức tranh đơn sơ nhưng đầy ý nghĩa. Trong bối cảnh mà bài thơ đã dựng lên, ý nghĩa của bức tranh chính là đối tượng khám phá của người đọc. Nhưng nếu chúng ta thực hiện việc khám phá bằng vào ngôn ngữ, điều đó có vẻ như có thể thấy trước sự thất bại. Vì sao vậy? Điều dễ hiểu là chính người viết đã phải dùng đến cách diễn đạt này do nơi sự bế tắc trước giới hạn của ngôn ngữ. Việc xuất phát từ đây để đi tìm một cách diễn đạt bằng ngôn ngữ rõ ràng không thể là hướng giải quyết của vấn đề. Vì thế, chúng ta chỉ có thể hiểu được trọn vẹn ý nghĩa này thông qua một kênh giao tiếp khác, đó là sự trực nhận xuất phát từ những tương đồng nhất định với người viết, được đạt đến trong tâm thức người đọc. Cách trực nhận này chính là nét đặc trưng trong giao tiếp ngôn ngữ thiền.

Có thể chúng ta sẽ cảm thấy hơi mơ hồ ở điểm này. Việc sử dụng các hình tượng nghệ thuật trong ngôn ngữ thi ca vốn không phải là điều xa lạ. Vậy có gì khác nhau giữa ngôn ngữ thi ca với cái gọi là ngôn ngữ thiền?

Sự khác biệt cơ bản nằm ở chỗ, ngôn ngữ thi ca giúp ta tiết kiệm ngôn ngữ qua việc dùng hình tượng nghệ thuật để tạo ra những cách diễn đạt cô đọng, súc tích. Nhưng ngôn ngữ thi ca không xuất phát từ sự bế tắc. Vì thế, với những câu thơ hay, càng giảng rộng càng thấy hay hơn. Trong thực tế, không có quá trình bình giảng thì bài thơ hay có thể nói là đã mất đi đến một nửa giá trị. Và quá trình bình giảng đó diễn ra tự nhiên khi chúng ta đọc một bài thơ hay. Chúng ta tự mình suy diễn với những đầu mối ngôn ngữ rất cô đọng mà nhà thơ đưa ra. Và khi cảm nhận tốt, quá trình suy diễn đó giúp chúng ta ngày càng thấy rõ hơn ý nghĩa của bài thơ.

Trong ngôn ngữ thiền thì có khác. Càng suy diễn chúng ta càng đi đến chỗ sai lệch hoặc rối rắm mà không thể hiểu được. Vì thế, cách hiểu duy nhất là phải trực nhận ngay từ những manh mối đơn sơ nhất mà ngôn ngữ mang lại. Nhưng để làm được điều đó, người tiếp nhận ngôn ngữ nhất thiết phải có những tương đồng nhất định về mặt tâm thức với người sử dụng ngôn ngữ.

Tuy có sự khác nhau, nhưng ngôn ngữ thi ca và ngôn ngữ thiền lại có những điểm khá gần nhau, bởi vì cả hai đều sản sinh từ quá trình vận dụng ngôn ngữ vượt lên trên mức giới hạn thông thường. Bài kệ - hay bài thơ - của thiền sư Mãn Giác vừa nêu trên có thể xem là một ví dụ. Trong đó, ngôn ngữ thi ca được sử dụng ở 4 câu đầu và ngôn ngữ thiền xuất hiện ở 2 câu kết. Với 4 câu đầu, chúng ta càng suy ngẫm càng hiểu rõ hơn, càng thấy thấm thía hơn ý nghĩa sâu sắc mà bài thơ nêu lên. Nhưng với 2 câu cuối thì mọi sự suy diễn - nếu có - chỉ càng đẩy ta đi xa hơn với ý nghĩa đích thực của nó. Cách tốt nhất để tiếp cận với 2 câu này là gạt bỏ mọi quá trình suy diễn và trực nhận từ hình ảnh được ngôn ngữ nêu lên:

Chớ bảo xuân tàn hoa rụng hết,
Đêm qua sân trước một cành mai.

Điều có thể giới hạn khả năng trực nhận của chúng ta chính là những khác biệt trong tâm thức giữa người viết và người đọc. Khi vượt qua được giới hạn này, tất cả sẽ hiển bày không qua bất cứ sự suy diễn giải thích nào. Không vượt qua được, mọi thứ sẽ vẫn chìm trong lớp sương mù bí ẩn và trở thành vô nghĩa. Trong trường hợp này, chúng ta thấy có sự tương đồng với những cách biểu đạt khác của thiền. Một cành hoa, một gốc cây... và chỉ có thế mà thôi.

Để thấy rõ hơn về việc sử dụng ngôn ngữ thiền, chúng ta hãy thử đọc một số đoạn đối thoại sau đây được trích từ sách Thiền uyển tập anh, phần nói về thiền sư Viên Chiếu (999 - 1090):

Một vị tăng hỏi: "Thế nào là hiểu rõ một câu thì vượt qua hết thảy?" (如何是一句了然超百億 - Như hà thị nhất cú liễu nhiên siêu bách ức?)

Thiền sư trả lời:

Cắp núi Thái xa chơi biển Bắc,
Ngẩng đầu ném trượng thấu cung trăng.

遠挾泰山超北海

仰拋柱杖入蟾宮

Viễn hiệp Thái sơn siêu Bắc hải,
Ngưỡng phao trụ trượng nhập thiềm cung.

Lại một vị khác hỏi: "Chỉ một điều ấy là thật, có hai chẳng phải là chân. Thế nào là chân?" (惟此一事實, 餘二即非真. 如何是真? - Duy thử nhất sự thật, dư nhị tức phi chân. Như hà thị chân?)

Thiền sư đáp:

Trên đầu trượng gió dễ lay,
Đường đi mưa mãi hóa ra bùn lầy.

杖頭風易動

跋上雨成泥

Trượng đầu phong dị động,
Lộ thượng vũ thành nê.

Lại hỏi: "Không mong thành Phật mở huyền vi, chẳng cầu nối nghiệp Tổ soi sáng. Ý nghĩa câu ấy thế nào?" (不向如來匙鈔藏, 不求祖燄續燈枝. 意旨如何? - Bất hướng Như Lai thi diệu tạng, bất cầu Tổ diệm tục đăng chi. Ý chỉ như hà?)

Thiền sư đáp:

Trời thu no ấm chim kêu,
Tuyết rơi giá buốt mẫu đơn nở rồi.

秋天搏黍唳

雪景牡丹開

Thu thiên đoàn thử lệ,
Tuyết cảnh mẫu đơn khai.

Lại hỏi: "Thế nào là câu nói huyền diệu nhất?"
(如何最妙之句?- Như hà tối diệu chi cú?)

Thiền sư trả lời:

Một người đứng quay vào góc,
Mọi người uống cũng chẳng vui.

一人向隅立

滿座飲無懽

Nhất nhân hướng ngung lập,
Mãn tọa ẩm vô hoan.

Còn có thể tiếp tục đưa ra vô số những mẩu pháp thoại tương tự như trên trong thiền môn. Trong mỗi một trường hợp, câu trả lời đều tùy theo người hỏi mà đưa ra, không bao giờ có sự lập lại hay tuân theo một khuôn thước nhất định nào. Đối với chúng ta, điểm chung nhất có thể nhận ra trong những đoạn đối thoại này là, câu hỏi thường sử dụng ngôn ngữ thông thường để nêu vấn đề, trong khi câu trả lời luôn phảng phất sắc thái của ngôn ngữ thiền như đã bàn ở đoạn trên.

Việc sử dụng ngôn ngữ thiền mở ra một khả năng diễn đạt những điều vượt ngoài giới hạn của ngôn ngữ, và đây là khả năng lựa chọn duy nhất khi cần phải nói ra những điều không thể nói. Vì thế, người tiếp nhận ngôn ngữ thiền không thể dựa vào sự suy diễn phân tích để mong hiểu được, mà chỉ có một cách duy nhất là xem đó như những đầu mối gợi mở để tự mình nỗ lực thâm nhập vào cảnh giới được chỉ bày.

VÀO THIỀN

Ai đến với thiền?

Như đã nói, thiền không phải một kiểu triết lý, nên những ai tìm đến với thiền như một phương thức để phân tích, chia chẻ nhằm hiểu rõ thế giới này hơn sẽ không bao giờ đạt được kết quả. Mặt khác, thiền cũng không đơn thuần là một tôn giáo theo nghĩa thông thường, nên những ai tìm đến với thiền như một chỗ nương dựa tinh thần vì tự mình cảm thấy bất an trong đời sống cũng sẽ không đạt được ý muốn.

Trong thực tế, rất nhiều người đến với thiền nhưng chưa có được một nhận thức cơ bản về thiền. Việc quan tâm đến thiền trước khi khởi sự tìm hiểu cũng là hoàn toàn tự nhiên và không có gì sai trái. Tuy nhiên, vấn đề cần nói ở đây là, giai đoạn này chỉ có thể xem như một cuộc dạo chơi thăm viếng bên ngoài cánh cửa nhà thiền, chưa thực sự bước vào. Và để bước vào thiền, yêu cầu tất yếu là bạn phải xác định được mục tiêu theo đuổi của mình. Đồng thời, với những gì được biết về thiền, bạn phải xác định được mục tiêu ấy là thích hợp.

Chúng ta có thể không cần đến những kiến thức lý luận về thiền. Chỉ cần xác lập được niềm tin và biết rằng việc thực hành thiền có thể mang lại những lợi ích thiết thực cho đời sống mỗi ngày. Như vậy là quá đủ cho một sự khởi đầu để bước vào thiền.

Nhưng nếu chúng ta muốn đến với thiền như một môn học, một chủ đề nghiên cứu, một đối tượng tìm hiểu... thì chúng ta nên khởi sự bằng việc trang bị những kiến thức lý luận về thiền. Và trong thực tế, việc trang bị những kiến thức lý luận như thế chỉ nhắm đến một điều duy nhất là xóa bỏ đi những mục đích sai lệch được đặt ra khi đến với thiền. Vì thế, kết quả cuối cùng là sau khi đã biết rất nhiều, bạn cũng sẽ vào thiền ở cùng một lối của người không biết gì. Hay nói khác đi, bạn sẽ phải chuyển sang một mục đích thích hợp với thiền.

Mục đích duy nhất của thiền là giải phóng chúng ta khỏi những trạng thái ràng buộc trong tâm thức và sống theo với những ý nghĩa chân thực được cảm nhận mà không bị cuốn hút, xô đẩy bởi những động lực khác nhau trong đời sống. Ngoài mục đích giải thoát này ra, thiền không thực sự quan tâm đến bất kỳ điều gì khác nữa. Nếu có những hình thức tu tập hay rèn luyện nào đó được thấy trong nhà thiền, cũng đều chỉ là những phương tiện, công cụ nhằm giúp cho hành giả sớm đạt đến mục đích nói trên.

Vì thế, những ai đến với thiền bằng sự khao khát niềm an lạc, sự giải thoát, người ấy không cần có thêm bất kỳ hiểu biết nào khác ngoài những gì cần thực hành mỗi ngày để có thể sống một cuộc sống thiền. Nhưng những ai đến với thiền khi chưa hiểu được mục đích của thiền, có thể họ sẽ đặt ra những mục đích theo đuổi khác nhau không phù hợp. Với những người này, quá trình tìm hiểu học hỏi về thiền là cần thiết. Và khi đã thực sự có được những hiểu biết cơ bản về thiền, họ sẽ phải thay đổi mục đích đến với thiền, hoặc tất yếu là sẽ nói lời chia tay.

Những trăn trở của kiếp người

Bạn có thể đến với thiền do sự hiếu kỳ hoặc ham mê hiểu biết. Nhưng những động cơ này ít có khả năng giữ bạn lại với thiền một cách lâu dài. Phần lớn những người khác đến với thiền để tìm kiếm một giải pháp cho những trăn trở mà tri thức lý luận không thể giúp họ vượt qua.

Mâu thuẫn lớn nhất mà tất cả chúng ta đều phải đối mặt trong kiếp người là khát vọng sinh tồn hiện hữu trong một thực thể tất yếu phải diệt vong. Cho dù ta luôn mong muốn được giữ mãi đời sống này, nhưng sự thật là tất cả chúng ta đều phải chết. Vấn đề còn tệ hại hơn nữa khi chúng ta thấy rõ được sự bất lực hoàn toàn của mình trong việc bảo vệ mạng sống mong manh này. Chúng ta luôn nỗ lực để nắm phần chủ động với những gì diễn ra trong cuộc sống, nhưng ngay cả việc đời sống sẽ chấm dứt vào lúc nào chúng ta lại cũng hoàn toàn không biết được. Và bên kia dấu chấm hết của đời sống là một khoảng trống vô định mà chúng ta không sao soi rọi những tia sáng của tri thức lý luận vào đó để thấy được bất cứ điều gì!

Giải pháp mà nhiều thế hệ đi trước của chúng ta đã chọn để xoa dịu vấn đề là niềm tin vào một thế giới bên kia sau khi chết, bởi vì điều đó có nghĩa là chúng ta vẫn còn được sống! Nhiều tôn giáo khác nhau đã mô tả khác nhau về thế giới ấy. Những khái niệm khác nhau được dựng lên. Tất cả đều nhằm xoa dịu nỗi lo sợ diệt vong của mỗi kiếp người mà không ai trong chúng ta có thể tránh khỏi.

Tuy chúng ta không thể vượt qua vấn đề sống chết bằng vào tri thức lý luận, nhưng rồi sự bất lực kéo dài rất thường đẩy chúng ta vào chỗ tạm quên đi. Trong thực tế, qua một giai đoạn trăn trở nhất định nào đó trong cuộc đời, rồi thì rất nhiều người trong chúng ta chọn giải pháp lãng quên, tránh né không đề cập đến vấn đề. Chúng ta mặc nhiên chấp nhận, bởi vì không còn hướng giải quyết nào khác hơn ngoài việc phải chấp nhận.

Nhưng vấn đề sống chết cũng mới chỉ là một trong số rất nhiều vấn đề. Ngay cả khi quên đi vấn đề sống chết thì mỗi ngày chúng ta vẫn phải đối mặt với hàng loạt những mâu thuẫn khác nữa trong đời sống. Tất cả những vui, buồn, sướng, khổ, hạnh phúc, đớn đau, vinh quang, nhục nhã... và vô số những tâm trạng khác nhau nữa, luôn xuất hiện thành từng cặp đối đãi trong đời sống. Ở một cực của vấn đề, chúng ta thỏa mãn, vui sướng... trong khi ở cực bên kia chúng ta bất mãn, đau khổ...

Chúng ta quay cuồng và xoay chuyển trong những được, thua, còn, mất... của kiếp người mà không tìm được manh mối nào để thoát ra khỏi đó. Nhưng về bản chất thì mỗi chúng ta lại không ngừng thao thức vươn lên một cuộc sống hoàn thiện, mong muốn thoát khỏi mọi khổ đau trong đời sống. Ở đây, sự lãng quên không thể là giải pháp, vì vấn đề thôi thúc chúng ta phải đối mặt trong từng giờ, từng ngày không lúc nào ngưng nghỉ.

Mặt khác, trong khi mỗi chúng ta đều không ít lần cảm nhận được niềm vui trong cuộc sống, thì đồng thời chúng ta cũng phải gánh chịu vô số những khổ đau tất yếu mà đời sống mang lại. Tất cả chúng ta đều không thoát khỏi những nỗi khổ như già yếu, bệnh tật, biệt ly, thất vọng...

Sự vận dụng tri thức lý luận vào việc quan sát, phân tích những vấn đề như trên luôn dẫn ta đến chỗ bế tắc. Bởi vì khi sự phân tích lý luận dẫn ta đến những kết quả tất yếu nào đó thì về mặt cảm tính chúng ta lại không sao chấp nhận được những kết quả như thế. Chúng ta bị dằn vặt giữa lý trí và cảm tính; giữa giới hạn tồn tại của vật chất và tính chất vô hạn của tinh thần; giữa sự thay đổi tất yếu diễn ra trong thế giới vật chất qua thời gian với sự thường tồn bất biến trong tâm thức.[1]

---

[1] Về sự thường tồn bất biến này, có thể chúng ta cần trải qua những kinh nghiệm thiền quán nhất định để hiểu được. Nhưng ngay cả khi chúng ta chưa có được những kinh nghiệm tâm linh đó, thì nó vẫn thường xuyên hiện hữu và tạo ra những dằn vặt nhất định trong tâm thức chúng ta.

Liệu có một giải pháp nào đó có thể giúp chúng ta thoát ra khỏi những khổ đau triền miên trong cuộc sống này chăng? Những trí tuệ lớn của nhân loại xưa nay quả thật đã không ngừng tìm kiếm một giải pháp như thế. Không ít câu trả lời đã được đưa ra, nhưng vấn đề đối với mỗi chúng ta là phải chọn lấy một giải pháp cho riêng mình.

Tâm thức và ngoại cảnh

Kinh nghiệm đơn sơ nhất trong đời sống kể từ khi bắt đầu hiện hữu có thể là sự phân chia giữa đối tượng và chủ thể. Không bao lâu sau khi chào đời, một em bé đã có thể bắt đầu có được những nhận thức đơn giản nhất về "thế giới bên ngoài" trong mối tương quan với bản thân. Rồi kể từ đó, sự phân chia và mối tương quan giữa chủ thể với đối tượng sẽ theo đuổi em cho đến tuổi trưởng thành, trở thành phần cốt lõi nhất trong sự hiện hữu.

Tất nhiên, những gì trải qua trong đời sống sẽ có ý nghĩa làm cho vấn đề trở nên ngày càng phức tạp hơn. Và chính từ đó nảy sinh sự phân biệt giữa tinh thần và vật chất. Sự hiện hữu của mỗi cá nhân giờ đây được nhận biết như sự cấu thành của 2 yếu tố là thân và tâm. Thân tiếp xúc với thế giới vật chất bên ngoài, trong khi tâm nhận biết và đồng thời tiếp xúc với thế giới tinh thần trừu tượng, những gì mà ta không thể nhìn thấy hay sờ mó được. Sự nhận biết cũng giúp tâm giữ vai trò làm chủ mọi hoạt động của thân, và vì thế được xem như chủ thể cao nhất trong tương quan với đối tượng khách thể bên ngoài.

Tất nhiên, chúng ta đang cố gắng trình bày vấn đề theo hướng đơn giản nhất. Nhưng từ những nét cơ bản này, triết học và tôn giáo của nhân loại từ xưa đến nay đã không ngừng mở rộng những cách nhìn khác nhau về thân và tâm, cũng như đối với mối quan hệ giữa thân và tâm, giữa chủ thể với đối tượng bên ngoài...

Nhưng dù là đơn giản hay phức tạp, vấn đề mà hầu hết mọi người đều có thể đồng ý với nhau là có một mối tương quan nhất định giữa tâm thức và ngoại cảnh. Chính từ đây, người ta nỗ lực đi tìm một giải pháp cho tình thế bế tắc của tri thức lý luận trước những khổ đau trong cuộc sống.

Chúng ta đều biết là với những tâm trạng khác nhau chúng ta sẽ cảm nhận về những gì xảy ra trong cuộc sống theo những cách khác nhau. Nói một cách văn vẻ như các nhà thơ là "Người buồn cảnh có vui đâu bao giờ?". Xuất phát từ nhận thức này, người ta thấy được rằng cho dù trong một số trường hợp ngoại cảnh hầu như không thể thay đổi, nhưng tâm trạng của chúng ta lại hoàn toàn có thể. Với những phương thức tác động thích hợp, hoặc rèn luyện, tu dưỡng, chúng ta có thể chủ động tạo ra những tâm trạng tích cực có lợi trong việc tiếp cận với đời sống. Nói một cách cụ thể hơn, với tâm trạng tích cực chúng ta sẽ dễ dàng vượt qua được những hoàn cảnh bất lợi hay khó khăn.

Để tạo ra những tâm trạng tích cực, hầu hết các tôn giáo đều dựa vào đức tin và các phương thức tu dưỡng. Sự tu dưỡng giúp cho tâm thức đạt đến những trạng thái tích cực như sự thanh thản, điềm tĩnh, lạc quan, sáng suốt... trong khi đức tin tạo ra một sức mạnh tinh thần.

Vì thế, sự hình thành các tôn giáo đóng vai trò quan trọng trong suốt quá trình tồn tại của nhân loại. Nhân loại có thể đã bớt đi phần nào gánh nặng khổ đau trong cuộc sống, cũng như có thêm sức mạnh để vươn lên chính là nhờ một phần lớn ở tôn giáo. Triết học và tâm lý học cũng đóng góp không ít vào việc giải quyết vấn đề, nhưng những giải pháp đưa ra thường là không phổ cập cho tất cả mọi người, trong khi tôn giáo có thể mở rộng vòng tay đến bất cứ tầng lớp nào trong xã hội, không phụ thuộc vào vốn liếng tri thức của mỗi cá nhân. Tất cả những gì tôn giáo đòi hỏi chỉ là đức tin, mà điều đó thì hầu như có thể có được ở bất cứ ai.

Tất nhiên, trên đây chỉ đề cập đến những vấn đề mà tri thức đã đi đến chỗ bế tắc. Trong phạm vi thế giới vật chất, tri thức nhân loại đã vượt qua những chặng đường dài để giúp hoàn thiện cuộc sống. Chẳng hạn như khoa học, công nghệ, y học, kỹ thuật, chính trị... đều góp phần thay đổi tích cực đời sống nhân loại. Nói cách khác, những nỗ lực này đã giúp chúng ta làm thay đổi ngoại cảnh. Nhưng, như đã nói trên, sự thay đổi này có những giới hạn nhất định. Chẳng hạn, y học có thể tiến xa và rất xa, nhưng hầu như không bao giờ chúng ta có thể đẩy lùi tất cả bệnh tật. Chúng ta cũng không thể loại bỏ được sự già yếu và cái chết sẽ đến với mỗi con người. Và hơn thế nữa, những tiến bộ khoa học không bao giờ là món quà tặng miễn phí có thể đến với tất cả mọi người.

Như vậy, giải pháp khả thi đối với hết thảy mọi người trong mối quan hệ giữa tâm thức và ngoại cảnh vẫn là nỗ lực tu dưỡng để hoàn thiện tự thân, tạo ra được những tâm trạng tích cực trong đời sống. Một khi tâm thức đã thay đổi, ngoại cảnh cho dù không thay đổi nhưng cảm nhận của chúng ta tất yếu sẽ thay đổi.

Mặt khác, khi nhìn từ góc độ kinh nghiệm cá nhân, tâm thức chính là yếu tố quyết định cảm nhận của ta đối với hoàn cảnh. Bởi vì ngoại cảnh chỉ có thể được xem là hiện hữu trong mối tương quan với chủ thể, và những trạng thái tâm thức khác nhau sẽ quyết định việc ngoại cảnh được chủ thể cảm nhận như thế nào. Từ cách nhìn này, tâm thức không chỉ góp phần, mà thực sự là yếu tố giữ vai trò quyết định những nỗi khổ đau hay hạnh phúc của mỗi cá nhân.

Giới hạn cuối cùng

Nhưng vấn đề chưa thể xem là được giải quyết rốt ráo nếu như chúng ta vẫn chưa khám phá ra được bản chất thực sự của đời sống. Thật vậy, những gì vừa nói trên chỉ là một giải pháp mang tính đối phó với tình thế. Nó đã mang lại những lợi ích to lớn cho chúng ta xét từ góc độ có được nhiều niềm vui hơn trong cuộc sống, nhưng quả thật vẫn chưa hoàn toàn giải quyết được vấn đề.

Nếu không chấp nhận - đơn giản là vì không đủ cơ sở để chấp nhận - một đấng sáng tạo tối cao nào đó đã tạo ra con người, chúng ta sẽ không thể thoát ra khỏi tâm trạng hoài nghi về mục đích của đời sống. Vì sao chúng ta phải sinh ra và chết đi, sau khi đã trải qua bao nhiêu thăng trầm trong đời sống? Tất cả những điều đó liệu có ý nghĩa gì?

Nhưng việc chấp nhận một đấng sáng tạo tối cao lại là điều đi ngược lại với kinh nghiệm tri thức đã có trong đời sống. Tri thức lý luận của chúng ta luôn phủ nhận điều đó, vì không tìm được bất cứ bằng chứng nào cho sự hiện hữu của một đấng sáng tạo như thế. Hơn thế nữa, nó còn đẩy chúng ta đến một tầng bậc hoài nghi cao hơn. Bởi vì, xét cho cùng thì cũng phải có "ai đó" đã tạo ra một đấng sáng tạo như thế chứ? Tất nhiên, giải pháp cho tình huống bế tắc này đối với nhiều người vẫn là sự chấp nhận, bởi vì họ cho rằng không còn có sự lựa chọn nào khác.

Nhưng với một số người khác thì sự tìm kiếm, vùng vẫy trong thế bế tắc này vẫn không dừng lại. Và tri thức lý luận còn tiếp tục đẩy họ đến hàng loạt những bế tắc khác nữa khi đi sâu vào phân tích và tìm hiểu bản chất thực sự của đời sống.

Đứng từ góc độ chủ thể quan sát đối tượng khách thể bên ngoài, người ta thất bại khi nhận thức về sự hữu hạn hoặc vô hạn của thế giới quanh ta. Tri thức lý luận dẫn đến tình thế bế tắc khi không thể chấp nhận và cũng không thể phủ nhận thế giới hữu hạn hoặc vô hạn. Nếu thế giới quanh ta là hữu hạn, vậy bên kia giới hạn đó là gì? Nhưng nếu thế giới là vô hạn, chúng ta lại không sao hình dung ra được một thế giới như thế khi quanh ta mọi thứ đều hữu hạn. Những gì hữu hạn đều có thể đo đếm bằng số lượng, vậy làm sao có thể có một thế giới vô hạn hàm chứa một số lượng - cho dù số lượng ấy có lớn đến đâu đi chăng nữa - những vật thể hữu hạn? Hay nói cách khác, những gì hàm chứa trong thế giới này đã là hữu hạn - như ta nhận biết - thì ngay cả thế giới này cũng không thể là vô hạn!

Tạm gác lại đối tượng khách thể, chúng ta quay về để quan sát tự thân với tư cách là chủ thể của đời sống. Chúng ta lại thất bại khi không thể tìm được một "chủ thể" thực sự. Nhận thức cho rằng thân xác đang hiện hữu này là "chủ thể" sẽ sụp đổ khi chúng ta nhận ra nó thực sự chỉ là sự kết hợp của những yếu tố vật chất không bền chắc, mà khi tách riêng mỗi yếu tố đều không thể tạo thành một cái "ta".

Và chúng ta cũng không hề làm chủ được ngay cả những yếu tố vật chất đó.

Quay sang bám víu vào cái gọi là "tâm", chúng ta càng mơ hồ hơn khi không thể định vị được nó ở bất cứ nơi nào. Tâm nằm trong thân thể, trong bộ não của ta chăng? Đó chẳng qua là một cấu trúc vật thể mà ngày nay khoa học đã phân tích khá rõ thành phần và phương thức hoạt động. Nếu tái hiện một cấu trúc vật thể tương tự - như trường hợp máy vi tính chẳng hạn - liệu chúng ta có thể tạo ra được một cái "tâm" chăng? Còn nếu nói tâm nằm ngoài bộ não, ngoài thân thể này, vậy do đâu ta có thể nhận thức được "thế giới bên ngoài"?

Không nắm bắt được bản chất thực sự của đời sống, chúng ta không thể vượt qua được những mâu thuẫn tất yếu nảy sinh trong nội tâm. Do đó chúng ta nhận lãnh những khổ đau trong cuộc sống mà không hiểu được vì sao điều đó xảy ra. Ngược lại, hạnh phúc trở thành một thứ quà tặng bất chợt mà đời sống chỉ mang đến cho ta vào những thời điểm không định trước.

Nhưng cũng chính từ những giới hạn cuối cùng của tri thức lý luận, khi mà những trăn trở của kiếp người đã lên đến đỉnh điểm tột cùng, chúng ta mới nảy sinh nhu cầu khẩn thiết phải bước vào thiền. Nói cách khác, với những ai có thể chấp nhận được đời sống như nó đang diễn ra, thì việc đến với thiền có thể là không cần thiết hoặc sẽ không mang lại kết quả gì cả. Những người không cần thiết phải đến với thiền là những người vốn đã sống một cuộc sống thiền, không cần phải tìm hiểu hay thay đổi gì thêm nữa. Những người đến với thiền sẽ không có được kết quả gì là những người không có những trăn trở, khắc khoải trong đời sống, và do đó không có đủ động lực để bước vào thiền, cũng như không xác định được mục đích khi đến với thiền.

Vào thiền

Kinh Duy-ma-cật nói: "Tâm thanh tịnh thì cõi Phật được thanh tịnh." (隨其心淨則佛土淨 - Tùy kỳ tâm tịnh tắc Phật độ tịnh.) Cõi Phật ở đây chính là chỉ cho một thế giới lý tưởng, hay trạng thái giải thoát rốt ráo mà thiền nhắm đến. Tinh thần được nêu lên trong câu kinh này chính là cách nhìn nhận của thiền về sự chuyển hóa trong cuộc sống. Thiền không đi tìm một thế giới lý tưởng ở nơi này hay nơi khác, không dựa vào những yếu tố bên ngoài để cầu tìm sự giải thoát, mà luôn hướng về nội tâm. Cốt lõi vấn đề ở đây là giữ tâm thanh tịnh không ô nhiễm. Vậy, thế nào là tâm thanh tịnh?

Những trạng thái trong sạch và ô nhiễm trong phạm trù đối đãi nhau đều được nhà thiền xem là chưa đạt đến tâm thanh tịnh. Tâm thanh tịnh được hình dung như là trạng thái vượt lên trên những mức độ ấy, không rơi vào cả sự ô nhiễm cũng như trong sạch. Làm thế nào để hình dung ra một trạng thái như thế? Đó là khi loại bỏ tất cả mọi điều kiện ra khỏi tâm thức để đạt đến sự rỗng không vắng lặng và trong sạch. Ngay trong trạng thái rỗng không vắng lặng và trong sạch này, cũng không khởi lên bất cứ ý niệm nào về nó, hành giả vượt ra khỏi sự trong sạch, nhưng không rơi vào ô nhiễm. Ngay khi đạt đến trạng thái vượt trên cả sự trong sạch, cũng không khởi nên bất cứ ý niệm nào về nó, hành giả đạt đến tâm thanh tịnh chân thật.

Nhưng sự mô tả như thế thật ra cũng chỉ là một việc làm gượng ép, cố gắng sử dụng cái đã biết để nói về cái chưa biết. Và điều đó chỉ có ý nghĩa dẫn dụ, gợi ý mà hoàn toàn không thể đạt đến khả năng truyền đạt. Vì thế, vẫn chỉ có một cách duy nhất để hiểu trọn vẹn vấn đề là phải dựa vào sự trải nghiệm của tự thân.

Việc đạt đến tâm thanh tịnh chân thật hoàn toàn không mang ý nghĩa phủ nhận tất cả như nhiều người lầm tưởng do ảnh hưởng của những nỗ lực ban đầu nhằm đạt đến một "tâm không". Thật ra, đây không phải là phủ nhận mà là một sự khẳng định tuyệt đối, bởi vì hành giả không phủ nhận hai trạng thái trong sạch và ô nhiễm như đã mô tả, mà là vượt lên trên tất cả để đồng thời kết hợp cả hai vào trong một trạng thái hợp nhất.

Ở đây không còn tồn tại sự phủ nhận, cũng không có cả sự mâu thuẫn. Mục tiêu nhắm đến của thiền chính là đạt được và thể nghiệm trạng thái này ngay trong cuộc sống hiện thực hằng ngày của mỗi người. Và vì thế thiền trong cuộc sống hằng ngày không bao giờ có thể xem là một dạng lý thuyết siêu hình hay trừu tượng không thể nắm bắt. Chính trong sự soi sáng của trạng thái này mà mọi vấn đề của đời sống được quan sát, ngôn ngữ thiền được giải mã để hiển bày ý nghĩa trong tương quan với đời sống. Không thể có ở đây sự ngụy biện hay những trò đùa ngôn ngữ. Tất cả đều là những nỗ lực chân thật nhắm đến việc giải thoát tự thân khỏi mọi sự ràng buộc và gánh nặng tinh thần do những thói quen cố hữu và nhận thức sai lệch về đời sống mang lại. Thiền luôn biểu hiện một tính cách nghiêm túc và chân thật mà không gì khác có thể so sánh được.

Để làm rõ thêm những gì vừa trình bày, chúng ta hãy đọc một đoạn trích trong lời giảng của thiền sư Mã Tổ Đạo Nhất (馬祖道一 709 - 788) như sau đây:

"Đạo không cần tu, chỉ cốt không ô nhiễm. Thế nào là ô nhiễm? Mang tâm sanh tử thì mọi việc làm ra, mọi chỗ hướng đến đều là ô nhiễm. Nếu muốn trực nhận được đạo: tâm bình thường là đạo. Nói tâm bình thường đó, vốn không có chỗ làm ra, không phải cũng không trái, không lấy cũng không bỏ, không đoạn diệt cũng không thường tồn, không phàm cũng không thánh. Kinh nói rằng: 'Không phải hạnh của kẻ phàm phu, không phải hạnh của bậc hiền thánh, ấy là hạnh Bồ Tát.' Chỉ như hiện nay đang đi, đứng, nằm, ngồi, ứng xử tiếp xúc với sự vật, hết thảy đều là đạo." (道不用修但莫污染。何為污染。但有生死心造作趣向皆是污染。若欲直會其道平常心是道。謂平常心無造作無是非無取捨無斷常

無凡無聖。經云。非凡夫行非賢聖行是菩薩行。只如今行住坐臥應機接物盡是道。- Đạo bất dụng tu, đãn mạc ô nhiễm. Hà vi ô nhiễm? Đãn hữu sanh tử tâm, tạo tác, thú hướng giai thị ô nhiễm. Nhược dục trực hội kỳ đạo: bình thường tâm thị đạo. Vị bình thường tâm vô tạo tác, vô thị phi, vô thủ xả, vô đoạn thường, vô phàm, vô thánh. Kinh vân: 'Phi phàm phu hạnh, phi hiền thánh hạnh, thị Bồ Tát hạnh.' Chỉ như kim hành trụ tọa ngọa, ứng cơ tiếp vật tận thị đạo.)

Lời giảng ở đây không mang sắc thái thường gặp ở các thiền ngữ, mà thể hiện một nỗ lực sử dụng ngôn ngữ thông thường để giảng giải điều "không thể giảng giải". Chúng ta thấy được qua những chỉ dẫn của thiền sư một tính chất siêu việt vượt trên bình diện đối đãi của những khái niệm thông thường như phải, trái, đoạn diệt, thường tồn, phàm, thánh... Nhưng đồng thời cũng không có bất cứ sự phủ nhận nào thực sự được đưa ra, mà tất cả đều dung hợp trong những hành vi cử chỉ rất thông thường hằng ngày như đi, đứng, nằm, ngồi... Bởi vì, thật đơn giản, hết thảy đều là đạo!

Thiền lý

Có vị tăng đến hỏi thiền sư Ngộ Ấn[1] rằng:

- Thế nào là đạo lớn? (如何是大道 - Như hà thị đại đạo?)

Thiền sư trả lời:

- Con đường lớn. (大路 - Đại lộ.)

Vị tăng nói:

- Kẻ cầu học này hỏi về đạo lớn, lại đáp là con đường lớn, chưa biết đến ngày nào mới thấu hiểu được đạo lớn. (孝人問大道对以大路未審何日達大道 - Học nhân vấn đại đạo, đối dĩ đại lộ, vị thẩm hà nhật đạt đại đạo.)

Thiền sư nói:

- Mèo con chưa hiểu việc bắt chuột. (貓兒未解捉鼠 - Miêu nhi vị giải tróc thử.)

Vị tăng hỏi:

- Mèo con có tánh Phật không? (貓兒有佡性否 - Miêu nhi hữu Phật tánh phủ?)

Thiền sư đáp:

- Không. (無 - Vô.)

Vị tăng lại hỏi:

---

[1] Thiền sư Việt Nam vào đời nhà Lý, thuộc thiền phái Vô Ngôn Thông. Ngài sinh năm 1020 và mất năm 1088.

- Tất cả hàm linh[1] đều có tánh Phật, vì sao chỉ riêng hòa thượng lại không? (一切含灵皆有伏性和尚如何獨无 - Nhất thiết hàm linh giai hữu Phật tánh, hòa thượng như hà độc vô?)

Thiền sư đáp:

- Không, ta không phải hàm linh. (不，我不是含靈 - Bất, ngã bất thị hàm linh.)

Vị tăng hỏi:

- Đã không phải hàm linh, tức là Phật chăng? (既非含灵即是伏否 - Ký phi hàm linh tức thị Phật phủ?)

Thiền sư đáp:

- Ta không phải Phật, cũng không phải hàm linh. (我不是伏不是含靈 - Ngã bất thị Phật, bất thị hàm linh.)

*

Qua mẩu đối thoại trên, ta thấy rõ những điều "phi lý" nếu xét theo ngôn ngữ thông thường. Trong khi giáo lý nhà Phật dạy rằng tất cả chúng sinh đều có tánh Phật, thì thiền sư thản nhiên tuyên bố là "mèo con không có tánh Phật". Hơn thế nữa, người còn đẩy xa mức độ "phi lý" của đối thoại khi tiếp tục phủ nhận bản thân mình cũng "không phải hàm linh"!

*

---

[1] Tất cả loài vật có hàm chứa sự sống, vì thế cũng đồng nghĩa với các từ như chúng sanh, hữu tình.

Thiền sư Vô Ngôn Thông[1] là sơ tổ của phái thiền mang tên ngài tại nước ta. Sau khi đắc pháp với tổ Bách Trượng Hoài Hải, về ở chùa Hòa An, có người đến hỏi ngài có phải thiền sư hay không. Ngài trả lời:

— Bần đạo chưa từng học thiền. (貧道不曾學禪 - Bần đạo bất tằng học thiền.)

*

Có vị tăng hỏi thiền sư Viên Chiếu:[2]

— Thế nào là Bồ-đề ở ngay trước mắt? (如何是觸目菩提 - Như hà thị xúc mục Bồ-đề?)

Thiền sư trả lời:

Bao chim sợ cây cong,
Bờ nước thổi lạnh người.

幾驚曲木鳥

瀕吹冷虀人

Kỷ kinh khúc mộc điểu,
Tần xuy lãnh tê nhân.

Vị tăng lại nói:

---

[1] Thiền sư Trung Hoa đến hoằng hóa ở nước ta và sáng lập phái thiền Vô Ngôn Thông. Ngài là đệ tử đắc pháp của tổ Bách Trượng Hoài Hải, đến nước ta vào năm 820. Không rõ năm sinh, chỉ biết là ngài mất năm 826.

[2] Thiền sư Việt Nam vào dời nhà Lý, là anh em cô cậu với vua Lý Thánh Tông, gọi thái hậu Linh Cảm (mẹ vua Lý Thánh Tông) bằng cô ruột. Ngài sinh năm 999 và mất năm 1090.

- Kẻ cầu học này không hiểu, lại xin nói rõ hơn. (學人不會更請別喻 - Học nhân bất hội, cánh thỉnh biệt dụ.)

Thiền sư nói:

Người điếc lắng nghe tiếng đàn,
Kẻ mù nhìn lên cung trăng.

聾人聽琴響

盲者望蟾蜍

Lung nhân thính cầm hưởng,
Manh giả vọng thiềm thừ.

*

Còn có rất nhiều trường hợp tương tự, khi mà chúng ta không thể vận dụng logic ngôn ngữ thông thường theo bất cứ hướng nào để có thể hiểu được các thiền ngữ. Trong những trường hợp này, phải chăng các thiền sư đã nói ra toàn những điều phi lý? Hay phải chăng đó là một cách lý luận đặc thù trong ngôn ngữ nhà thiền?

Quả thật, trong phạm vi lý luận thông thường, không còn gì có thể vô lý hơn là những điều vừa dẫn trên. Nếu chúng ta có thể hình dung được một thiền sư chưa từng học thiền, một người điếc lắng nghe tiếng đàn, một người mù nhìn lên cung trăng... thì có lẽ trong ngôn ngữ đời thường sẽ chẳng còn gì có thể xem là "hợp lý" được nữa!

Tuy nhiên, chính ngay từ điểm xuất phát này, thiền học xác quyết rằng cách nhìn nhận thông thường gọi là "hợp lý" của chúng ta về sự vật thật ra chưa phải là chân lý rốt ráo, và nguyên nhân cản trở chúng ta không đạt đến nhận thức toàn diện và chính xác về thực tại chính là sự trói buộc vào những gì chúng ta cho là sự nhận biết "hợp lý" đó. Nếu chúng ta thực sự muốn đạt đến sự trực nhận ý nghĩa rốt ráo của đời sống, chúng ta nhất thiết phải có được một cách nhìn mới, vượt thoát ra khỏi tầm khống chế của những lập luận thông thường vốn chỉ là phiến diện và hẹp hòi. Trong cách nhìn đó, thiền đưa ra những phát biểu hoàn toàn đi ngược lại với mọi lý luận thông thường. Những cách nói hình tượng như ngựa gỗ hí vang, người đá nhảy múa, sóng dậy đất liền... đều rất thường gặp trong thiền ngữ. Một trong những phát biểu được nhiều người biết đến nhất là "tiếng vỗ của một bàn tay", và chúng ta còn có thể kể ra vô số những điều "phi lý" như thế nữa...

Nhưng thiền không phải mảnh đất đầu tiên nảy sinh những điều "phi lý" như trên. Khi trước mắt chúng ta là núi cao biển sâu, chúng ta phải hiểu thế nào khi trong kinh nói rằng tất cả các pháp đều bình đẳng, không cao, không thấp? Một người mang bộ óc lý luận thông thường khi đọc tâm kinh Bát-nhã sẽ không thấy được gì khác hơn ngoài một sự tập hợp của những điều "phi lý"!

Thật ra, việc nêu lên những vấn đề "phi lý" như trên là một phương thức mà thiền sử dụng để đạt đến một cách nhìn mới về sự vật, có thể giúp chúng ta nhìn sâu vào bản chất thực sự của đời sống. Để đạt đến cách nhìn mới này, chúng ta buộc phải phá võ những định kiến sẵn có từ lâu đời rằng chỉ những điều "hợp lý" mới có thể được thừa nhận. Như trên đã nói, thiền nhận ra được rằng những phạm trù "hợp lý" trong ngôn ngữ thông thường quen thuộc là hoàn toàn bất lực trong việc đáp ứng những nhu cầu tâm linh sâu xa nhất của chúng ta, sự trực nhận bản chất thực sự của đời sống.

Khi tiếp cận với thế giới bên ngoài, nỗ lực đầu tiên của chúng ta là đặt tên cho sự vật. Phương thức duy nhất để nắm bắt sự vật là đặt tên, và tên gọi đó đi kèm theo với một khuôn khổ khái niệm đồng thời được hình thành. Đó là tất cả những gì chúng ta nắm được về sự vật. Quá trình diễn ra tiếp theo sau đó là một sự áp đặt ngược lại của tên gọi và khái niệm vào sự vật. Khi một vật mang tên A, nó phải là A. Chúng ta không chấp nhận được và cho là vô lý khi có ai đó nói rằng "A không phải là A" hoặc "A là B". Nhận thức của chúng ta bị trói buộc, chúng ta cần đến những điều kiện - và thường là rất nhiều điều kiện - để có thể hiểu được sự vật, và chúng ta không thể phá vỡ được sự trói buộc này chỉ đơn giản là vì ta hầu như không nhận ra được nó.

Thiền giúp ta nhận ra điều này, và thấy được rằng tên gọi nói riêng, hay ngôn ngữ nói chung, chỉ là những từ ngữ không hơn không kém! Chúng được tạo ra và sử dụng để mô tả thực tại, nhưng bất cứ khi nào chúng không làm được chức năng ấy, điều sáng suốt tất yếu là ta phải biết quay về với thực tại thay vì là bám chặt vào ngôn ngữ. Vì thế, khi logic ngôn ngữ đáp ứng được nhu cầu giao tiếp của chúng ta, rõ ràng là nó mang một giá trị thiết yếu và chúng ta có thể hài lòng với chức năng của nó. Nhưng một khi ngôn ngữ không thực hiện được chức năng của nó trong một phạm trù nào đó, hoặc khi nó cố áp đặt phạm vi tác dụng vượt qua khỏi những giới hạn của chính nó, chúng ta cần phải biết dừng lại.

Kể từ khi bắt đầu có ý thức, chúng ta luôn nỗ lực không ngừng để khám phá những ý nghĩa sâu xa của đời sống. Nhưng những nỗ lực của chúng ta luôn quy về một hướng duy nhất, quay quất trong phạm trù đối đãi giữa "đúng" và "không đúng". Điều đó có nghĩa là khi ta gọi tên một sự vật, ta không chấp nhận được việc sự vật ấy thoát ly khỏi tên gọi của nó. Núi là núi, sông là sông, những trật tự đã được sắp xếp như thế phải được bảo vệ, và chúng ta không hình dung được sự tồn tại của đời sống nếu như những thứ ấy bị đảo lộn!

Nhưng chúng ta hoàn toàn thất vọng khi cuộc truy tìm chân lý theo hướng này trải qua bao đời vẫn không thể đạt được kết quả. Chúng ta không sao đạt đến trạng thái bình thản trong tâm thức, sự an lạc tuyệt đối và nhận thức toàn diện về đời sống. Đi đến tận cùng những nỗ lực của mình, chúng ta cũng không sao vượt thoát được ra khỏi phạm trù đối đãi trong lý luận. Và chúng ta rơi vào thế bế tắc vì không sao mở rộng được nhận thức về thực tại. Chúng ta nhận ra một điều là những diễn biến nội tâm sâu thẳm của ta không thể diễn đạt bằng ngôn ngữ, và ta chưa từng, cũng như không bao giờ có thể có những khái niệm tương ứng để nắm bắt, diễn đạt chúng. Ngay khi nhận ra được điều này, tia sáng đầu tiên của thiền bắt đầu bừng lên và soi rọi sự hiện hữu của ta như một thực thể toàn vẹn không chia cắt. Chúng ta nhận ra rằng những logic lý luận trong ngôn ngữ chỉ là phiến diện và giới hạn, và cái gọi là "vô lý" trong ngôn ngữ thông thường lại không hẳn là vô lý khi được soi rọi dưới một chiều sâu mới. Hay nói cách khác, những gì có vẻ ngoài dường như là "vô lý" thực ra lại "có lý" theo cách riêng của nó và tương ứng với bản chất thực sự của sự vật. Từ đây, chúng ta cũng nhận ra rằng cái gọi là "đúng" chỉ có thể được nhận ra bởi cái "không đúng" - sự hiện hữu của mỗi sự vật không còn là chính nó. Và chính nơi đây ta nhận ra cái gọi là "lý luận của thiền".

Khi còn trói buộc trong khuôn khổ chật hẹp của ngôn ngữ văn tự, chúng ta không thể có được sự tự do trong tâm thức, và thực tại ngay trước mắt ta vẫn hoàn toàn mất dạng không sao nhận ra được. Một khi vượt qua được giới hạn này, chúng ta trở thành vị chủ nhân thực sự, thoát khỏi sự thống trị của ngôn ngữ. Ngôn ngữ trở lại đúng với chức năng thực sự của nó là một công cụ do chúng ta sáng tạo ra. Vì thế, ta có thể sử dụng nó hoàn toàn theo ý thích mà không phải tuân theo bất kỳ một điều kiện trói buộc nào. Núi có thể được gọi là núi, sông được gọi là sông, nếu những điều ấy không gây trở ngại gì cho nhận thức của chúng ta. Nhưng núi vẫn có thể không phải là núi, sông có thể không phải là sông, nếu như điều này giúp ta đến gần hơn và trực nhận được thực tại đời sống như vốn có, một thực tại hoàn toàn vượt khỏi phạm trù ngôn ngữ và khái niệm.

Sự vượt thoát khỏi những trói buộc của ngôn ngữ và lý luận đồng thời cũng dẫn đến một sự giải phóng tâm thức. Những mâu thuẫn nội tại không còn nữa vì tâm thức không còn chia tách với đối tượng nhận thức như trong cách nhận hiểu thông thường. Sự giải phóng này giúp cho tâm thức đạt đến trạng thái hoàn toàn tự chủ và tự do, vượt thoát ra khỏi sự dằn vặt của những ý niệm về sống chết, bởi vì những phạm trù đối đãi tương tự như thế giờ đây không còn nữa. Sự hiện hữu vượt qua cả giới hạn của cái chết. Từ trước đến nay chúng ta luôn nhận thức sự vật bằng vào sự tương phản và khác biệt của chúng, và do đó chúng ta cũng tiếp cận với sự vật theo cung cách đối kháng, mâu thuẫn tương ứng với nhận thức như thế. Trong cách nhìn mới, thực tại được nhận thức đúng như nó vốn có, bằng một cái nhìn xuất phát từ nội tâm và không bị chi phối bởi những định kiến sẵn có từ bên ngoài. Tâm thức hiển lộ như một thực thể toàn vẹn, hoàn hảo và đầy an lạc.

Tóm lại, mục tiêu nhắm đến của thiền là nhận thức và tiếp cận với đời sống một cách trực tiếp, không thông qua bất cứ sự chi phối nào của ngôn ngữ, lý luận, định kiến hay những biểu tượng méo mó, què quặt của sự vật. Sự đơn giản trực tiếp là linh hồn của thiền, nhờ đó mà thiền luôn có được tính chất sinh động, tự do và độc đáo. Thiền không chấp nhận bị lôi cuốn vào những biện luận của tri thức, những lý lẽ của triết học vì tất cả những thứ ấy đều đẩy chúng ta đi theo hướng xa rời thực tại. Thiền nhận thức thực tại như nó vốn có và không phủ nhận ngôn ngữ văn tự nhưng đặt nó trở lại đúng với vị trí thích hợp. Với thiền, ngôn ngữ thực sự chỉ là ngôn ngữ không hơn không kém, và thực tại cần phải được trực nhận vượt ngoài phạm vi chi phối của ngôn ngữ.

Chính từ ý nghĩa đơn giản trực tiếp này mà thiền so sánh tâm thức như một tấm gương sáng được lau sạch tất cả bụi bặm. Một tấm gương như thế sẽ có công năng phản chiếu tức thời bất kỳ sự vật nào hiện ra trước nó. Và sự phản chiếu ấy là hoàn toàn trung thực, không kèm theo bất cứ luận giải nào có thể làm sai lệch, méo mó đi những hình ảnh thực có. Bài kệ dưới đây của đại sư Thần Tú đã nói lên rất rõ ý nghĩa này và do đó được Ngũ Tổ Hoằng Nhẫn ngợi khen, bảo môn đồ nên thắp hương lễ lạy:[1]

> *Thân là cây Bồ-đề,*
>
> *Tâm như đài gương sáng.*

---

[1] Kinh Pháp Bảo Đàn, phẩm thứ nhất: Hành Do. Nguyên văn lời khen ngợi của Ngũ Tổ như sau: "Chỉ cần lưu lại bài kệ này cho người trì tụng. Y theo kệ này tu khỏi đọa nẻo ác, y theo kệ này tu, được lợi ích lớn. Liền dạy đệ tử đốt hương lễ kính, bảo mọi người đều nên tụng kệ này." (但留此偈，與人誦持。依此偈修，免墮惡道，依此偈修，有大利益。令門人炷香禮敬，盡誦此偈。 - Đản lưu thử kệ, dữ nhân tụng trì. Y thử kệ tu, miễn đọa ác đạo; y thử kệ tu, hữu đại lợi ích.' Linh môn nhân chú hương lễ kính, tận tụng thử kệ.)

> *Thường siêng lau siêng rửa,*
> *Chớ để bám bụi nhơ.*

Có người dựa vào việc Ngũ Tổ không truyền y bát cho đại sư Thần Tú để cho rằng bài kệ này không nói lên được tinh thần của Thiền tông. Điều đó không đúng. Bởi vì như vừa nói trên, bài kệ đã nói lên rất rõ mục đích nhắm đến của người tu thiền. Và điều này cũng không có gì khó hiểu, vì đại sư Thần Tú là vị giáo thọ đứng đầu trong đồ chúng của Ngũ Tổ, chịu trách nhiệm thay Ngũ Tổ giảng dạy môn đồ. Nếu người không hiểu được tinh thần của thiền, làm sao dắt dẫn cho những môn đồ khác của Ngũ Tổ? Theo những gì được ghi nhận trong kinh Pháp Bảo Đàn, đại sư Thần Tú có thể là chưa đạt đến chỗ tinh yếu tột cùng của thiền như Lục Tổ, nhưng với những người mới bước chân vào thiền thì chỗ nhắm đến vẫn chính là những điều ngài đã nêu ra trong bài kệ trên.

Khi nhận thức rằng núi là núi, sông là sông, chúng ta sử dụng phạm vi kiến giải thông thường của đời sống, và điều này không có gì sai trái. Nhưng ở đây hoàn toàn không có sự hiện hữu của thiền. Sự hiện hữu của thiền không phủ nhận cách nhìn nhận trên, nghĩa là núi vẫn là núi, sông vẫn là sông, nhưng đồng thời cũng mở rộng phạm trù nhận thức để có thể thấy rằng núi cũng có thể không phải là núi, sông không phải là sông khi tiếp cận và soi rọi vào bản chất thực sự của sự vật. Chính sự mở rộng nhận thức mới này là nguồn sáng tạo của tâm thức, và do đó mà khi thiền tiếp cận với bất cứ sự vật nào, nó mang lại một sự sinh động và sáng tạo độc đáo mà không gì khác có thể thay thế được. Những sự việc nhỏ nhặt tầm thường trong đời sống đều sẽ trở nên sinh động và độc đáo khi được tiếp cận trong tinh thần của thiền.

Từ chỗ buông bỏ mọi khái niệm và tên gọi, chúng ta trở nên hoàn toàn tự do và có thể tiến sâu vào thế giới tâm thức để tiếp cận và khám phá trực tiếp những gì thực sự hiện hữu ngay trong quá trình sáng tạo thực tại. Không có sự hiện diện của lý luận, triết học; không có sự bóp méo thực tại để thích hợp với những khuôn mẫu đã được lý trí tạo ra; cũng không có sự đầu hàng của bản tánh tự nhiên trước những phân tích chia chẻ của lý trí. Ở đây, tâm thức đối diện với thực tại và trực nhận như sự phản chiếu của một tấm gương - không có gì ngăn cản hay làm sai lệch đi quá trình phản chiếu đó.

Trong ý nghĩa này, thiền hoàn toàn thực tiễn. Thiền không chấp nhận bất cứ sự trừu tượng hay suy diễn lý luận nào. Thiền trực nhận đời sống như nó đang hiện hữu, và chỉ có thế, không cần gì thêm nữa. Khi một đóa hoa dại nhỏ nhoi trong góc vườn được nhận hiểu, cả vũ trụ này được nhận hiểu. Và thiền xem đó chính là chìa khóa cho hết thảy những gì chúng ta vẫn gọi là "bí ẩn".

Đoạn trích sau đây trong Vô Môn Quan, bài thứ 43, có thể sẽ làm rõ hơn những gì chúng ta vừa trao đổi.

Hòa thượng Thủ Sơn Tỉnh Niệm (首山省念) một hôm cầm gậy trúc đưa lên trước đồ chúng nói rằng:

"Mọi người nghe đây, nếu gọi là gậy trúc thì xúc phạm, không gọi là gậy trúc thì trái ngược. Mọi người nói xem, gọi là cái gì? (汝等諸人若喚作竹篦則觸 。不喚作竹篦則背 。汝諸人且道 。喚作甚麼 。 - Nhữ đẳng chư nhân, nhược hoán tác trúc bề tắc xúc, bất hoán tác trúc bề tắc bội. Nhữ chư nhân thả đạo, hoán tác thậm ma?)

Không thể nói, không thể không nói! Nỗ lực của thiền sư nhằm chỉ thẳng đến chỗ vượt thoát ngôn ngữ có thể được thấy rõ trong lời dạy này.

Thực tại tối thượng

Hòa thượng Thủ Sơn Tỉnh Niệm (926 - 992) một hôm cầm cây gậy tre đưa lên trước đồ chúng nói rằng: "Gọi là gậy tre tức là khẳng định, nói không phải gậy tre tức là phủ định. Không khẳng định cũng không phủ định, gọi nó là gì? Nói mau, nói mau!"

Một trong các môn đồ bước ra phía trước, giật lấy cây gậy tre, bẻ gãy làm đôi rồi hỏi lớn: "Đây là cái gì?"

Với những ai đã quen với ý niệm trừu tượng và những lý luận cao vời, câu chuyện này có vẻ như thật tầm thường, nhạt nhẽo và còn có chút buồn cười nữa. Tại sao những người dám bỏ cả cuộc đời để đi tìm chân lý của đời sống lại phải quan tâm đến một vật nhỏ nhặt như cây gậy tre, đến việc gọi nó là cây gậy hay không phải cây gậy?... Nhưng với những ai đang thực sự đứng trước ngưỡng cửa vào thiền, đây là một câu chuyện hàm chứa đầy ý nghĩa.

Nếu ai có thể đặt mình vào vị trí của hòa thượng Thủ Sơn khi đưa ra câu nói trên và nhận được tâm trạng của ngài khi đặt ra vấn đề, có thể xem là người ấy đã đặt được bước chân đầu tiên vào cửa thiền. Không ít thiền sư sau này đã theo chân hòa thượng Thủ Sơn và đặt ra những tình huống tương tự cho người tham học, khi sự khẳng định và phủ định đều không được chấp nhận.

Nếu phải tìm một cách diễn đạt dễ hiểu hơn để nói về việc này, có thể nói đây là một nỗ lực để vượt lên trên phạm trù đối đãi giữa khẳng định và phủ định. Thông thường, chúng ta không vượt qua được phạm trù đối đãi này, chỉ đơn giản là vì ta vẫn tưởng rằng điều đó không thể được. Những khuôn khổ lý luận cứng nhắc trói buộc chúng ta đến nỗi ta không bao giờ nghĩ đến việc thoát ra khỏi đó. Tâm thức của chúng ta hoạt động dưới một sự kiềm chế nghiêm nhặt của những nguyên tắc lý luận trong phạm trù đối đãi, và chúng ta không hề nhận ra để có thể nghĩ đến việc vượt thoát khỏi đó. Nhưng trong thực tế, nếu không thoát ra khỏi những phạm trù đối đãi giữa có và không, đúng và sai, khẳng định và phủ định... chúng ta sẽ không bao giờ đạt đến một trạng thái tự do, an ổn trong tâm thức.

Ngay cả khi chúng ta nhận ra và nỗ lực để thoát khỏi, chúng ta cũng có thể không tin được rằng điều đó thật ra không quá khó khăn; rằng chúng ta có thể đạt đến một trạng thái vượt trên sự khẳng định và phủ định, khi mà cả hai không còn có sự phân biệt đối kháng nhau. Chính thiền nhắm đến việc giúp ta nhận ra và làm được điều này, bằng vào cây gậy trúc tầm thường trong tay một thiền sư.

Cây gậy trúc tầm thường là một trong vô số sự vật quanh ta, vô số sự vật đang tồn tại trong thế giới phân biệt chia chẻ này. Ngay trong cây gậy này, ta nhìn thấy sự hiện hữu của vô số sự vật, và cũng tìm thấy sự tập trung tất cả những kinh nghiệm đã qua của chúng ta về sự hiện hữu. Khi ta hiểu được điều này, ta hiểu được tất cả theo một cách toàn diện nhất. Khi cây gậy trúc được đưa ra, thiền trực nhận sự hiện hữu của nó trong thực tại. Chỉ có thế, và ngay khi đưa ra một phát biểu về sự trực nhận ấy, chúng ta liền đi chệch hướng và không còn có sự hiện hữu của thiền.

Chúng ta đã nói về tính chất "phi lý" của thiền, và do đó ta thấy rõ thiền chống lại cách suy diễn theo những khuôn khổ lý luận đã áp đặt. Nhưng mục đích nhắm đến của thiền không phải là sự vô lý, mà là nhằm chỉ rõ tính chất giới hạn của những gì gọi là "hợp lý", để rồi từ đó vượt lên trên sự khẳng định và phủ định thông thường. Phạm vi đối đãi của sự khẳng định và phủ định là những gì hoàn toàn bình thường trong cuộc sống của chúng ta, nhưng một khi vấn đề cốt lõi trọng đại của đời sống được nêu lên, khả năng suy diễn của lý trí trong phạm vi đối đãi sẽ hoàn toàn thất bại trong việc đưa ra câu trả lời tối hậu.

Khi đưa ra sự khẳng định, chúng ta tự giới hạn chính mình. Khi đưa ra sự phủ định, ta loại trừ đối tượng. Và xét cho cùng thì sự giới hạn và sự loại trừ đều giết chết tâm thức, bởi vì sự tồn tại của tâm thức chính là nằm trong trạng thái hoàn toàn tự do và hòa hợp.

Trong sự giới hạn không thể có tự do, và sự loại trừ chính là nảy sinh từ trạng thái không hòa hợp. Thiền nhận rõ được điều này, và vì thế mà song song với một đời sống nội tâm luôn được đề cao, thiền cũng đưa chúng ta đến với một thực tại hòa hợp tuyệt đối không còn có bất kỳ một sự đối kháng nào.

Điều cần nhớ là, cho dù vượt lên trên phạm trù đối đãi của sự khẳng định và phủ định, nhưng chúng ta vẫn luôn sống trong sự khẳng định, bởi vì bản thân đời sống đã là một sự khẳng định. Khác biệt ở đây là, sự khẳng định này không kèm theo hay đạt được nhờ vào bất cứ sự phủ định nào.

Không chỉ là một cây gậy trúc, mà bất cứ vật thể hiện hữu nào cũng đều có thể là nguồn khơi mở thực tại. Thiền không nhắm đến chỗ hư vô, vì như ta có thể thấy rõ, cây gậy trúc của thiền hay bất cứ vật thể tương tự nào khác đều không thể loại bỏ hoàn toàn như ta có thể làm với ngôn ngữ hay lý luận.

Đây là điều quan trọng không thể bỏ qua khi bước vào thiền.

Thiền sư Đức Sơn Tuyên Giám (德山宣鑒 780 - 865) khi thượng đường dạy chúng thường đưa cây gậy ra và bảo: "Nói được đánh 30 gậy, nói không được cũng đánh 30 gậy." (道得三十棒, 道不得三十棒 - Đạo đắc tam thập bổng, đạo bất đắc tam thập bổng.)

Cây gậy của Đức Sơn đã trở thành biểu tượng mạnh mẽ trong thiền môn, được ngài dùng để giáo hóa đồ chúng mà không dùng đến kinh văn giáo thuyết. Trong tinh thần này, thiền học được truyền dạy không thông qua những bài giảng luận khô khan hay trừu tượng, không có những phân tích chia chẻ siêu hình... Điều này có thể là hoàn toàn khó tiếp nhận với những môn đồ bị trói chặt vào giáo điển, và hình ảnh thiền sư có vẻ như không một chút nào thanh thoát, siêu việt. Nhưng với những ai đang dằn vặt trong tâm trạng đối mặt với thực tại như nó vốn có và nỗ lực để trực nhận không thông qua bất cứ hình thức diễn dịch nào, đây lại là những gợi mở thẳng tắt và mạnh mẽ thường mang lại hiệu quả rất bất ngờ. Ánh sáng nội tâm sẽ bừng lên dưới cơn mưa rào 30 gậy. Thực tại cuối cùng phải được hiển lộ ngay từ những xung đột nảy lửa trong bản thân đời sống.

Ngũ Tổ Hoằng Nhẫn (五祖弘忍 602 - 675) dạy đồ chúng: "Trên đường đi gặp người hiểu đạo, chớ nên lấy chỗ lời nói hay im lặng mà đối đãi. Thử nói xem, lấy gì mà đối đãi?" (路逢達道人, 不將語默對。

且道將甚麼對。- Lộ phùng đạt đạo nhân, bất tương ngữ mặc đối. Thả đạo tương thậm ma đối?)

Thiền sư Vô Môn trong tập Vô Môn Quan có bài tụng về việc này như sau:

Trên đường nếu gặp người hiểu đạo,
Chẳng nói, chẳng im, chẳng giải bày.
Vung tay đấm mạnh vào giữa mặt,
Chỗ này hiểu được liền hiểu ngay.

路逢達道人

不將語默對

攔腮劈面拳

直下會便會

Lộ phùng đạt đạo nhân,
Bất tương ngữ mặc đối.
Lan tai phách diện quyền,
Trực hạ hội tiện hội.

Vấn đề nêu lên ở đây là trực nhận thực tại cuối cùng ở ngay trước mắt. Không chỉ đơn thuần là sự lẩn tránh các phạm trù khẳng định hay phủ định, mà là khai mở một hướng tích cực để hoàn toàn dung hòa cả hai cực của sự đối kháng.

Những vấn đề của thiền đặt ra hoàn toàn không mang tính bí ẩn nhằm đẩy chúng ta vào sự bối rối, lúng túng như một kiểu câu đố hiểm hóc. Không có sự đùa cợt ở đây, mà là vấn đề hoàn toàn nghiêm túc. Nếu ta thất bại trong việc giải quyết vấn đề, ta sẽ phải nhận lãnh những hậu quả tất yếu theo sau. Hoặc là chịu sự trói buộc muôn đời trong lớp vỏ của những lý luận khô cứng do chính ta tạo ra, hoặc là hoàn toàn tự do trong sự trực nhận một thực tại tối thượng vượt trên phạm trù đối đãi của thế giới nhị nguyên. Không thể có sự chần chừ. Hoặc là nắm bắt được ngay, hoặc là để trượt ra khỏi tầm tay mãi mãi.

Bạn không còn sự lựa chọn nào khác. Phương thức khơi mở của thiền chính là đẩy chúng ta vào một tình huống buộc phải nỗ lực để thoát ra, nhưng không thể bằng vào óc tư duy lý luận, mà phải bằng vào một tâm thức mở rộng, khai phóng.

Thiền sư Dược Sơn Duy Nghiễm (藥山惟儼 751 - 834) trước tiên đến tham học với thiền sư Thạch Đầu Hy Thiên (石頭希遷 695 - 785), một hôm thưa hỏi rằng: "Đối với ba thừa[1] mười hai phần giáo,[2] con còn

---

[1] Ba thừa là Thanh văn thừa (聲聞乘), Duyên giác thừa hay Độc giác thừa (獨覺乘) và Bồ Tát thừa (菩薩乘). Ba thừa này theo thứ tự như trên cũng được gọi là Tiểu thừa, Trung thừa và Đại thừa. Thiền tông được xem là vượt trên cả ba thừa nên thường dùng các danh xưng như Phật thừa hay Tối thượng thừa.

[2] Mười hai phần giáo (Thập nhị phần giáo 十二分教 hay Thập nhị bộ phần giáo 十二部分教) là toàn bộ giáo điển nhà Phật, chia ra 12 phần như sau: 1. Khế kinh (契經), chỉ những kinh điển do Phật thuyết hoặc ấn chứng; 2. Trùng tụng (重頌), là dạng kệ tụng có nhiều câu được lặp đi lặp lại; 3. Thụ ký (受記), chỉ những lời do đức Phật thụ ký, xác nhận việc ai đó sẽ thành Phật hoặc về những việc trong tương lai, 4. Kệ (偈), là những bài thơ kệ không thuộc loại văn trường hàng; 5. Vô vấn tự thuyết (無問 自說), chỉ những kinh do Phật tự thuyết ra, không có nhân duyên

có chỗ hiểu. Như chỗ chỉ dạy của Thiền tông phương Nam là 'chỉ thẳng tâm người, thấy tánh thành Phật',[1] con thật hoàn toàn không hiểu nổi. Nếu quả có thế, con làm sao để được tỏ ngộ?"

Thiền sư Thạch Đầu đáp: "Chẳng có chỗ khẳng định, cũng chẳng có chỗ phủ định. Khi khẳng định phủ định đều không được, ngươi nói thế nào?" Dược Sơn không hiểu. Thiền sư Thạch Đầu liền bảo ngài tìm đến thiền sư Mã Tổ Đạo Nhất.

Khi câu hỏi trên được đặt ra với Mã Tổ, ngài nói: "Ta có khi dạy người nhướng mày, chớp mắt; lại có khi dạy người làm thế là sai." Dược Sơn ngay câu này hiểu ra, liền lễ bái. Mã Tổ hỏi: "Ngươi hiểu được gì mà lễ bái?" Dược Sơn đáp: "Khi con ở chỗ ngài Thạch Đầu, như con muỗi chích con trâu sắt." Chỗ khẳng định của ngài Dược Sơn lúc này thật kỳ lạ biết bao!

---

thỉnh cầu; 6. Nhân duyên kinh (因緣經) hay Quảng thuyết kinh (廣說經), chỉ những kinh nói về nhân duyên khi Phật thuyết pháp và người nghe pháp; 7. Thí dụ kinh (譬喻經) hoặc Diễn thuyết giải ngộ kinh (演說解悟經), chỉ những kinh dùng các thí dụ để người nghe dễ hiểu; 8. Bản sự kinh (本事經), chỉ những kinh nói về sự tu nhân chứng quả của các vị đệ tử; 9. Bản sinh kinh (本生經), chỉ những kinh nói về tiền thân đức Phật; 10. Phương quảng kinh (方廣經) hay Phương đẳng kinh (方等經), chỉ chung các kinh Đại thừa, 11. Hi pháp (希法) hay Vị tằng hữu (未曾有), kinh nói về thần lực chư Phật thị hiện, cảnh giới kỳ diệu, ít có, phàm phu không thể hiểu nổi; 12. Luận nghị (論議), hay Cận sự thỉnh vấn kinh (近事請問經), chỉ những kinh có tính cách thưa hỏi vấn đáp làm rõ lý chính, tà.

[1] Trực chỉ nhân tâm, kiến tánh thành Phật (直指人心，見性成佛).

Hòa thượng Hương Nghiêm dạy chúng rằng: "Có người trên cây cao, miệng cắn vào cành, tay chẳng bám vào cây, thân hình treo lơ lửng. Dưới đất có người đến hỏi chỗ tinh yếu của thiền. Không đáp thì phụ người hỏi, mở miệng đáp thì táng thân mất mạng. Ngay khi ấy biết làm thế nào?"

Tình huống hư cấu này thật ra cũng có ý nghĩa tương tự như những chuyện đã dẫn trên. Ngay khi muốn đưa ra một phát biểu khẳng định hay phủ định, mục tiêu liền trượt mất và không còn có sự hiện hữu của thiền. Nhưng sự im lặng cũng không giải quyết được vấn đề. Gỗ đá cây cỏ đều im lặng nhưng chúng không hiểu gì về thiền. Nhất thiết phải có một trạng thái nào đó được nhắm đến khi sự im lặng và biện luận đều tương tự như nhau, khi sự phủ định và khẳng định đều hòa hợp trong một trạng thái vượt trên cả sự khẳng định - nếu có thể tạm gọi như thế. Và khi đạt được trạng thái này, chúng ta mới hiểu được thiền là gì.

Cái gọi là "vượt trên sự khẳng định" có thể được thể hiện như thế nào? Khi tổ Bách Trượng Hoài Hải (720 - 814) muốn chọn người đến chủ trì ở ngọn Quy Sơn, ngài gọi hai đệ tử nổi bật nhất của mình là thiền sư Hoa Lâm và thiền sư Linh Hựu đến rồi chỉ vào bình nước và nói: "Không được gọi là cái bình, gọi nó là gì?" Thiền sư Hoa Lâm bước ra thưa: "Không thể gọi là khúc cây." Tổ Bách Trượng quay sang hỏi thiền sư Linh Hựu, ngài bước tới đá đổ nhào cái bình rồi bỏ đi. Tổ Bách Trượng nhân đó chọn ngài đến ở núi Quy Sơn, về sau giáo hóa đồ chúng lên đến hơn 1.500 người, trở thành sơ tổ của tông Quy Ngưỡng.

Hành động đá đổ cái bình mà đi phải chăng là vượt trên sự khẳng định? Ai cũng có thể lập lại hành động này, nhưng điều đó lại chẳng liên quan gì đến thiền. Thiền chê bỏ bất cứ sự lập lại hay bắt chước nào, vì điều đó giết chết sự sáng tạo. Tương tự như thế, thiền không bao giờ đưa ra sự giải thích mà chỉ xác nhận sự việc. Đời sống là thực tại và không cần đến bất cứ sự giải thích nào. Chỉ cần thực sự đến với đời sống đã là quá đủ. Ngay ở chỗ này, thiền được hiển lộ với tất cả sự tinh luyện và thô tháo của nó.

Ở thiền viện của ngài Nam Tuyền, một hôm tăng chúng ở nhà Đông và nhà Tây tranh nhau một con mèo. Ngài Nam Tuyền bắt gặp, liền nắm lấy con mèo giơ lên rồi bảo mọi người: "Nói được thì cứu lấy con mèo, không nói được thì sẽ chém." (道得即救取貓兒。道不得即斬卻也。 - Đạo đắc tức cứu thủ miêu nhi, đạo bất đắc tức trảm khước dã.) Trong chúng không ai nói được, ngài liền chém con mèo.

Sau đó, thiền sư Triệu Châu từ bên ngoài trở về, ngài Nam Tuyền đem việc đã qua kể lại cho nghe. Triệu Châu liền cởi dép để lên đầu mà đi ra. Ngài Nam Tuyền nói: "Nếu lúc ấy có ông thì đã cứu được con mèo rồi."

Sự việc trên mang ý nghĩa gì? Vì sao con mèo vô tội phải hy sinh? Liệu việc Triệu Châu đội dép lên đầu có liên quan gì đến chuyện tranh chấp giữa tăng chúng hai nhà Đông, Tây? Ngài Nam Tuyền một dao cắt đứt vĩnh viễn đầu mối tranh chấp vô nghĩa giữa tăng chúng hai nhà Đông, Tây. Triệu Châu không nói một lời chỉ lẳng lặng làm một việc trái ngược với hết thảy mọi khuôn thước lề thói thông thường. Hành động của cả hai vị đều có chút gì đó nghiêm túc đến mức đáng sợ! Và nếu chỗ này còn chưa hiểu được thì toàn bộ sự việc chẳng khác nào một vở kịch không hơn không kém. Điều chắc chắn ở đây là con mèo kia không thể vô cớ mà chết, và nếu như hết thảy hàm linh đều có thể đạt đến quả vị Phật thì con vật nhỏ bé này chắc chắn cũng đã có phần.

Câu chuyện thiền sư Nam Tuyền chém mèo là một trong những chuyện gây ấn tượng mạnh mẽ nhất đối với người học thiền. Không ít người đối mặt với chuyện này như một màn sương mù dày đặc không sao nhìn thấu để hiểu được ý nghĩa sự việc. Và nếu không phải uy phong thiền đức của một vị đại thiền sư như Nam Tuyền, hẳn sẽ có không ít người phải hoài nghi về tính khơi mở giáo hóa của câu chuyện.

Ngài Nam Tuyền mắt sáng như sao, hành động như sấm sét, cũng không tránh khỏi một lời hối tiếc khi thấy Triệu Châu đội dép lên đầu! Thử nghĩ xem, trong chuyện này việc chém mèo là vì tăng chúng hai nhà Đông, Tây hay vì Triệu Châu? Nếu vì tăng chúng, trong chúng không có người hiểu được, khác nào như mũi tên bắn vào hư không? Tuy nhiên, cũng đã không còn con mèo để hai phía tranh nhau. Nếu vì Triệu Châu, rõ ràng Triệu Châu tự biết đường đi. Nhưng cũng không hẳn là thế. Thiền sư Vô Môn khi đưa chuyện này vào bài thứ 14 trong tập Vô Môn

Quan cũng đã nhấn mạnh đến hành động của ngài Triệu Châu khi đưa ra lời bình tụng như sau:

"Thử nói xem, Triệu Châu đội dép cỏ là ý thế nào? Nếu ở chỗ này mà hạ được một câu chuyển ngữ, liền thấy Nam Tuyền truyền lệnh không uổng. Bằng như chưa thì thật nguy hiểm. (且道，趙州頂草鞋意作麼生。若向者裏下得一轉語，便見南泉令不虛行。其或未然險。- Thả đạo, Triệu Châu đinh thảo hài ý tác ma sanh? Nhược hướng giả lý hạ đắc nhất chuyển ngữ, tiện kiến Nam Tuyền lệnh bất hư hành. Kỳ hoặc vị nhiên hiểm.)

> *Nếu có Triệu Châu,*
> *Đảo ngược lệnh truyền.*
> *Đoạt mất con dao,*
> *Nam Tuyền xin mạng.*

趙州若在

倒行此令

奪卻刀子

南泉乞命

> *Triệu Châu nhược tại,*
> *Đảo hành thử lệnh.*
> *Đoạt khước đao tử,*
> *Nam Tuyền khất mệnh.*

Rõ ràng cũng không thể nói Triệu Châu vô sự trong chuyện này. Nhưng muốn hiểu chỗ quan hệ giữa Triệu Châu, Nam Tuyền với bản thân mình, nhất thiết phải tìm được một chỗ đứng xem thích hợp.

Một vị tăng hỏi thiền sư Triệu Châu: "Vạn pháp quy về một, một quy về đâu?" (萬法歸一, 一歸何所 - Vạn pháp quy nhất, nhất quy hà sở?)

Thiền sư đáp: "Lão tăng khi ở Thanh Châu may được một tấm y nặng bảy cân." (老僧在青州作得一領布衫重七斤。- Lão tăng tại Thanh Châu tác đắc nhất lĩnh bố sam trọng thất cân.)

Thật không khỏi khiến cho nhiều người hoang mang! Với những bộ óc suy luận thì khó lòng có được một manh mối nào giữa câu hỏi và lời đáp. Phải chăng đây cũng là một cách khẳng định vượt trên khẳng định?

Cái gọi là "vạn pháp" vốn bao trùm khắp thảy, hiện diện ở mọi nơi. Vạn pháp nếu quy về "một", liệu cái "một" ấy có thể ở tại đâu? Liệu có thể ở nơi tấm áo cà-sa nặng 7 cân của thiền sư Triệu Châu hay chăng? Lại nếu ở tại đây, tất không thể ở nơi kia, nhưng cũng không thể là không có nơi chốn. Vì thế, mọi sự suy diễn lý luận chỉ có thể đi đến bế tắc mà không thể nhận ra cái gọi là "vạn pháp quy nhất". Tuy nhiên, tấm áo của ngài Triệu Châu không phải là của tất cả chúng ta. Nếu có ai đến hỏi cũng câu hỏi này, liệu ta sẽ trả lời thế nào? Điều tất nhiên là phải hiểu rõ được câu hỏi trước khi đưa ra câu trả lời. Nếu vấn đề chưa phải là điều thúc bách của tự thân, thì quả thật chẳng có gì liên quan ở đây cả.

Hòa thượng Câu Chi đắc pháp với hòa thượng Thiên Long, về sau mỗi khi có học tăng đến tham vấn chỉ đưa một ngón tay lên để trả lời. Chú tiểu theo hầu ngài thấy vậy, có ai đến hỏi "Hòa thượng dạy pháp yếu gì?" liền cũng đưa ngón tay lên. Hòa thượng Câu Chi nghe được, gọi chú tiểu đến, lấy dao cắt đứt ngón tay. Chú tiểu đau quá kêu khóc chạy đi. Hòa thượng Câu Chi lên tiếng gọi, chú tiểu ngoái đầu nhìn lại, hòa thượng đưa ngón tay lên. Chú tiểu nhân đó lĩnh ngộ.

Thiền luôn chống lại sự rập khuôn theo người khác. Cho dù là bắt chước theo một bậc thầy đạt ngộ thì điều đó cũng chẳng mang lại kết quả gì. Mọi hành động hay ngôn ngữ đều không có gì để bám theo, chỉ có ý nghĩa cốt lõi được truyền đạt trong đó mới cần phải được nắm lấy. Vì thế, khi đưa câu chuyện trên vào bài thứ 3 trong Vô Môn Quan, thiền sư Vô Môn có lời bình rằng: "Chỗ tỏ ngộ của hòa thượng Câu Chi và chú tiểu không ở trên ngón tay. Nếu chỗ này mà hiểu được thì xâu cả Thiên Long, Câu Chi, chú tiểu với bản thân mình thành một mối!" (俱胝并童子悟處，不在指頭上。若向者裏見得，天龍同俱胝并童子與自己一串穿卻 - Câu Chi tịnh đồng tử ngộ xứ bất tại chỉ đầu thượng. Nhược hướng giả lý kiến đắc, Thiên Long đồng Câu Chi tịnh đồng tử dữ tự kỷ nhất xuyến xuyên khước.)

Thực tại tối thượng nằm trong ý nghĩa cốt lõi của vấn đề phải được nhận ra. Ý nghĩa ấy cũng không xa vời mà nằm ngay trong cuộc sống hằng ngày. Nếu thực sự hé mở được chỗ cốt yếu của thiền, cuộc sống quanh ta sẽ hàm chứa vô số những pháp thoại mà ta đang khao khát được nghe.

Ngay cả khi ta không thể nhận được thực tại thì nó vẫn hiện hữu quanh ta, và ta phải đối mặt mỗi ngày không thể tránh né. Nhưng để nhận ra được, ta cần trải qua một kinh nghiệm chuyển biến nhất định nào đó, chẳng hạn như chú tiểu kia bị mất một ngón tay.

Thật kỳ lạ, nhưng dưới mắt nhìn của thiền thì chúng ta đều như những người chết đói bên cạnh kho thóc, chết khát bên cạnh dòng sông!

Một vị tăng đến chỗ hòa thượng Tào Sơn thưa: "Thanh Thoát này nghèo khổ, xin thầy cứu giúp."

Hòa thượng Tào Sơn liền gọi: "Thầy Thoát!"

Vị tăng ứng tiếng đáp: "Dạ."

Hòa thượng nói: "Rượu Thanh Nguyên sẵn có trong nhà, uống xong ba chén còn nói là không ướt môi." (青原白家酒, 三盞喫了, 猶道未沾唇。- Thanh Nguyên bạch gia tửu, tam trản khiết liễu, do đạo vị triêm thần.)

Hầu hết chúng ta khi chưa bước vào thiền đều ở trong trạng thái buồn cười này. Dù sống trong thực tại nhưng chẳng bao giờ nhận ra thực tại!

Thiền trong cuộc sống

Đến đây, chúng ta đã biện luận khá nhiều về thiền trong một nỗ lực vận dụng ngôn ngữ nhằm biểu đạt hoặc hé mở đôi chút hiểu biết về thiền. Như đã nói, điều này thật ra chỉ là một việc gượng làm, khi không có chọn lựa nào khác. Bởi vì đối với một số người trong chúng ta, giai đoạn tìm hiểu này có vẻ như tất yếu phải trải qua trước khi có thể đặt được niềm tin vào những gì sẽ làm.

Mặc dù vậy, chúng ta vẫn phải luôn nhớ rằng, qua lăng kính của ngôn ngữ, thiền không còn thực sự là thiền nữa, và những gì chúng ta nắm hiểu được về thiền qua phương thức này tất yếu phải có những giới hạn và sai lệch nhất định. Nhưng nếu đây là cửa ngõ thích hợp có thể giúp người bước chân vào thiền, chúng ta đành sẽ phải chấp nhận với sự tỉnh táo nhận biết những nguy hiểm của con đường đang đi.[1]

Thật ra, thiền chê bỏ mọi phương tiện, ngay cả những phương tiện trong lãnh vực tri thức. Thiền trước hết và trên hết là một sự rèn luyện và trải nghiệm tự thân trong cuộc sống, không phụ thuộc vào bất cứ sự luận giải nào. Bởi vì mọi sự luận giải đều chỉ là uổng phí thời gian và công sức, không bao

---

[1] Hầu hết các thiền sinh ngày xưa đều tránh né con đường này. Khi họ đến với một thiền sư tại một thiền viện nào đó, điều duy nhất là để sống một cuộc sống thiền mà không đòi hỏi phải được giảng giải về thiền là gì.

giờ dẫn đến mục đích nhận hiểu cuối cùng. Kết quả có được từ những sự luận giải, như đã nói, bao giờ cũng là những hình ảnh sai lệch và méo mó về thực tại. Những kinh nghiệm chính xác bao giờ cũng phải có được ngay từ trong cuộc sống này. Khi bạn muốn hiểu thế nào là vị ngọt của đường, bạn không thể dựa theo những miêu tả dẫn dụ dài dòng. Điều đơn giản nhất là hãy cho một ít đường vào miệng, và điều đó rõ ràng có giá trị hơn bất cứ ngôn từ nào khác.

Một nguy cơ khác nữa của việc đến với thiền qua những phương tiện dẫn dụ là sự nhầm lẫn giữa phương tiện và mục đích. Thiền hay nhắc đến ví dụ "ngón tay và mặt trăng" để chỉ cho việc này. Ngón tay là yếu tố cần thiết để giúp ta biết được mặt trăng nằm về hướng nào, nhưng sẽ là một thảm họa cho người muốn tìm mặt trăng nếu như không thể rời mắt khỏi ngón tay! Hơn thế nữa, chúng ta có thể cảm thấy thật buồn cười nếu như có ai đó lầm tưởng ngón tay là mặt trăng, nhưng trong thực tế thì chuyện buồn cười này đã xảy đến với không ít người. Và nếu bình tĩnh xét kỹ lại, bản thân mỗi chúng ta có thể cũng đã có không ít lần rơi vào những tình huống sai lầm tương tự mà không hề hay biết. Khi không có sự tỉnh táo nhận biết, chúng ta thường không chấp nhận bất cứ thay đổi nào làm khuấy động tâm trạng tự mãn của mình, cho dù điều đó là cần thiết để giúp ta vươn lên một tầm cao mới.

Tất cả những quyển sách viết về thiền đều không thể đi quá giới hạn của ngón tay. Nỗ lực của người viết là vận dụng mọi cách có thể được để làm cho ngón tay trở nên thật dễ dàng nhìn thấy đối với người đọc. Nhưng nếu những cung cách mô tả, diễn đạt được thực hiện rất thành công, cũng sẽ có không ít người nhận lấy ngón tay là mặt trăng. Điều này đã xảy đến cho khá nhiều tác phẩm trong thiền tông, khi có rất nhiều người đọc thuộc lòng những cách diễn đạt trong tác phẩm và xem đó như là những chỗ sở đắc về thiền!

Mặt khác, khi tiếp cận với thiền từ góc độ siêu hình, một số người có thể cảm thấy phần nào khó hiểu vì điều đó đòi hỏi đi kèm theo với khả năng phân tích nghiên cứu hay quán sát nội tâm. Và chúng ta hoàn toàn có thể đến với thiền từ một góc độ khác đơn giản hơn, và thật ra cũng là gần gũi hơn với bản chất thực sự của thiền.

Khi được hỏi "Thế nào là đạo?", ngài Nam Tuyền đã trả lời: "Tâm bình thường là đạo." (平常心是道。- Bình thường tâm thị đạo.)

Tất cả những gì cần nhắm đến chỉ là một "tâm bình thường". Nói cách khác, đạo không là gì khác hơn sự hiện hữu bình thường của chính chúng ta trong cuộc sống này, một sự hiện hữu không bị xáo động bởi các yếu tố đến từ bên ngoài, và do đó luôn ở trong trạng thái an ổn, tự tin và chân thật. Đây chính là cốt lõi của thiền, và chính từ ý nghĩa này mà thiền không bao giờ tách rời khỏi cuộc sống bình thường.

Điều mà thiền trực tiếp nhắm đến chính là cuộc sống này, không thông qua sự cầu nguyện ở bất cứ một đấng tối cao nào, cũng không thông qua bất cứ yếu tố nào có thể làm xáo động một nếp sống bình thường. Mục tiêu của thiền là trực nhận cuộc sống này trong điều kiện bình thường diễn ra mỗi ngày. Thiền không hàm chứa bất kỳ một sự phi thường hay bí ẩn nào.

Khi ta hiện hữu giữa cuộc sống bình thường, đọc sách, uống trà, nghe nhạc, thực hiện những công việc của một ngày bình thường, hay nhìn lên một áng mây trôi qua bầu trời... tất cả những điều ấy đều có thể là sự thực hành thiền. Và nếu bạn làm được như thế, bạn đang sống với thiền. Không cần thiết phải có thêm bất cứ sự phân tích, luận giải nào. Có thể bạn không biết phải giải thích thế nào, không thể nói ra được là vì sao, nhưng khi mặt trời lên thì cả thế giới quanh ta như nhảy múa trong niềm vui, trong khi tâm hồn ta cũng tràn ngập niềm vui và sự an ổn. Sự trực nhận thiền chỉ có thể xảy ra ngay tại đây và vào lúc này!

Khi Lương Võ Đế hỏi tổ Bồ-đề Đạt-ma: "Đối diện với trẫm là ai?" (對朕者誰 - Đối trẫm giả thùy?) Tổ sư đáp: "Không biết." (不識 - Bất thức.)

Câu trả lời hoàn toàn đơn giản và trực tiếp đến mức không sao có thể đơn giản và trực tiếp hơn được nữa. Không phải vì tổ sư không muốn giải thích mình là ai hoặc muốn tránh mọi sự tranh luận về ngôn ngữ như cách hiểu của một số người. Chỉ đơn giản là vì ngài đang là chính ngài và không thể là bất cứ ai khác, nên không thể biết được câu trả lời cho câu hỏi "là ai".

Thiền sư Nam Nhạc Hoài Nhượng (南嶽懷讓 - 677-744) lần đầu tiên đến tham bái Lục Tổ Huệ Năng. Khi đang bước đến, Tổ sư liền hỏi: "Vật gì đang đến đó?" (什麼物恁麼來 - Thậm ma vật nhậm ma lai?)

Nam Nhạc trả lời: "Nói tương tợ như một vật là không đúng." (說似一物即不中 - Thuyết tự nhất vật tức bất trúng.)

Cách nhìn nhận về tự thân của ngài Nam Nhạc cũng không khác với câu trả lời "không biết" của tổ Đạt-ma.

Một hôm, thiền sư Duy Nghiễm đang ngồi. Thầy của ngài là thiền sư Thạch Đầu đi qua trông thấy liền hỏi:

- Con ở trong đó làm gì? (汝在遮裏作麼。- Nhữ tại già lý tác ma?)

Duy Nghiễm trả lời:

- Không làm gì cả. (一切不為。- Nhất thiết bất vi.)

Thạch Đầu liền nói:

- Như thế là ngồi yên nhàn rỗi vậy. (恁麼即閑坐也。- Nhậm ma tức nhàn tọa dã.)

Duy Nghiễm đáp:

- Nếu bảo ngồi yên nhàn rỗi là có làm rồi vậy. (若閑坐即為也。- Nhược nhàn tọa tức vi dã.)

Thạch Đầu hỏi tiếp:

- Con nói không làm, vậy không làm đó là ai? (汝道不為, 且不為箇什麼。- Nhữ đạo bất vi, thả bất vi cá thậm ma?)

Duy Nghiễm thưa:

- Ngàn vị thánh cũng không biết." (千聖亦不識。- Thiên thánh diệc bất thức.)

Không có gì bí ẩn trong câu trả lời của ngài Duy Nghiễm, nếu ta nhớ lại hai ví dụ đã nêu trên. Thực tại được nêu lên một cách đơn giản và thẳng tắt đúng như nó đang hiện hữu. Sự khó hiểu chính là ở về phía chúng ta, vì đã không tiếp cận với vấn đề theo phương cách trực nhận tối giản như Bồ-đề Đạt-ma hoặc Duy Nghiễm, khi các ngài đưa ra những phát biểu như trên. Ngược lại, nếu có sự tương đồng về mặt tâm thức, chúng ta sẽ thấy đây là những phát biểu đơn giản đến mức không thể nào đơn giản hơn được nữa.

Vì thế, chúng ta có thể dễ dàng nhận ra một điều là thiền luôn tránh xa các khái niệm trừu tượng hay những biểu tượng xa vời, những biện thuyết phức tạp. Ngay cả những khái niệm rất quen thuộc như Phật, Thánh, Bồ Tát... cũng không có chút giá trị thực sự nào, vì chúng vẫn chỉ là những từ ngữ và khái niệm không hơn không kém. Chúng ta không thể đạt đến sự giải thoát tâm thức hay bất cứ giá trị tâm linh nào nhờ vào những danh từ và khái niệm ấy. Và vì thế, thiền xác quyết rằng giá trị thực sự của thiền cũng không thể được tạo ra bởi những từ ngữ và khái niệm. Ngược lại, chúng còn bóp méo, làm sai lệch đi những giá trị thực sự mà lẽ ra ta hoàn toàn có thể trực nhận được.

Vì thế, một trong những điều quan trọng mà người mới bước vào thiền cần lưu ý là phải luôn luôn cảnh giác với ngôn ngữ và khái niệm. Khi một thiền sư được hỏi "Phật là gì?", người có thể trả lời theo rất nhiều cách khác nhau, nhưng tựu trung đều nhắm đến việc loại bỏ sợi dây trói khái niệm cho người học.

Có thể dẫn ra đây trường hợp của thiền sư Động Sơn chẳng hạn. Khi được hỏi "Phật là gì?", ngài đáp: "Ba cân mè." (麻三斤 - Ma tam cân.)

Trong tập Vô Môn Quan, thiền sư Vô Môn có bài tụng về chuyện này như sau:

Mè vụt đưa ba cân,

Lời gần, ý thêm gần.

Người đến phân phải quấy,

Chính kẻ mang lòng trần.

突出麻三斤

言親意更親

來說是非者

便是是非人

Đột xuất ma tam cân,

Ngôn thân ý cánh thân.

Lai thuyết thị phi giả,

Tiện thị thị phi nhân.

Hỏi như thế, đáp như thế, nhận xét như thế! Nếu không thấy được dụng ý của thiền sư, hẳn người đọc phải cho rằng đây là những câu đối đáp đầy bí ẩn, khó hiểu. Nhưng nếu hiểu được, thì quả thật là lời đã gần mà ý càng gần hơn nữa!

Do đó, cách duy nhất để hiểu được những lời này là phải loại bỏ được sự trói buộc của ngôn ngữ, khái niệm và đạt đến tâm thức tự do tương ứng với người đã nói ra những lời ấy.

Do tính chất thực tiễn và trực nhận, thiền không bao giờ muốn phí thời gian để vận dụng ngôn từ nhằm giảng giải luận bàn về sự việc. Những câu trả lời được đưa ra luôn ngắn gọn đến mức gần như cộc lốc, và mạnh mẽ, súc tích đến mức trở thành khó hiểu đối với những ai chưa đủ sự chuẩn bị. Một thiền sư thường chỉ đưa ra các chỉ dẫn cần thiết khi cảm nhận được sự chín mùi trong tâm thức của người tham học, tương tự như người nông dân chỉ gieo giống trên thửa ruộng đã được cày xới cẩn thận. Và những mẩu đối thoại của thiền không có giai đoạn cân nhắc, chần chừ. Tất cả được ví như tiếng vang, như hình chiếu, tức thời được đưa ra vào những thời điểm thích hợp. Nếu như chúng ta không chộp bắt được ý nghĩa của vấn đề, chúng ta không còn có cơ hội để suy tư nghiền ngẫm nhiều hơn nữa. Bởi vì nếu có lần sau thì mọi việc cũng đã hoàn toàn khác trước!

Bởi vậy, ta thường nghe trong các thiền ngữ sử dụng những miêu tả như ánh chớp, sao băng, điện xẹt... đều là để chỉ tính cách ứng đối tức thời không ngăn ngại này. Tuy nhiên, sự nhanh chóng tức thời không phải chỗ nhắm đến của thiền. Tính chất của thiền là hoàn toàn tự nhiên, vượt thoát mọi sự giả tạo do tri thức đã tạo ra, và do đó trở thành sự biểu lộ của chính bản thân đời sống không thông qua bất kỳ một cơ chế diễn dịch nào. Vì thế, thiền luôn luôn độc đáo và sống động.

Người học thiền luôn cảnh giác với sự "mê hoặc" của ngôn ngữ để không bị rơi vào sự trói buộc hoặc nhận thức sai lệch. Bài thứ 12 trong tập Vô Môn Quan kể lại câu chuyện như sau:

Hòa thượng Thoại Nham Ngạn (瑞巖彥) mỗi ngày tự gọi: "Ông chủ!" rồi tự đáp: "Dạ." Lại nói: "Tỉnh táo nhé!" Lại đáp: "Dạ!" "Mai kia mốt nọ đừng để người ta gạt nhé!" "Dạ! Dạ!" (瑞巖彥和尚每日自喚主人公。復自應諾。乃云。惺惺著喏。他時異日莫受人瞞。喏喏 - Thoại Nham Ngạn hòa thượng mỗi nhật tự hoán chủ nhân công, hậu tự ứng nặc. Nãi vân tinh tinh trước, nhạ. Tha thời dị nhật mạc thọ nhân man, nhạ nhạ.)

Thiền sư Vô Môn có bài tụng về chuyện này như sau:

Người nay học đạo chẳng biết chân,

Chỉ theo trước mắt nhận thức thần.

Cội nguồn sinh tử từ muôn kiếp,

Kẻ ngu lầm tưởng ấy nguồn chân.

學道之人不識真

只為從前認識神

無量劫來生死本

癡人喚作本來人

Học đạo chi nhân bất thức chân,
Chỉ vi tùng tiền nhận thức thần.
Vô lượng kiếp lai sinh tử bản,
Si nhân hoán tác bản lai nhân.

Khi hiểu đúng chức năng của ngôn ngữ trong mối tương quan với thực tại, thiền vẫn vận dụng ngôn ngữ trong giao tiếp, nhưng hoàn toàn không rơi vào sự "mê hoặc" của ngôn ngữ, không bị trói buộc vào những lý luận khô cứng hay khái niệm chật hẹp. Trong ý nghĩa này, có thể nói là thiền đã vượt thoát ra khỏi phạm trù ngôn ngữ, và thể hiện đúng theo tông chỉ "giáo ngoại biệt truyền, bất lập văn tự".

Vì thế, nếu chúng ta còn mang bộ óc đầy ắp tri thức và khái niệm, ta rất ít có cơ may cảm nhận được thiền. Khi ta cố gắng diễn giải ngôn ngữ của thiền bằng những lý luận, khái niệm sẵn có, ta càng đi xa những ý nghĩa thực sự của thiền. Nan-in, một thiền sư Nhật Bản sống vào khoảng cuối thế kỷ 19, có lần tiếp một giáo sư đại học đến tham vấn về thiền. Nan-in lặng lẽ châm trà mời khách, và khi tách trà đã đầy, ngài vẫn tiếp tục rót mãi. Vị giáo sư nhìn tách trà chảy tràn cho đến một lúc không còn đủ kiên nhẫn để lặng thinh được nữa, ông kêu lên:

"Tách trà đã đầy, xin ngài đừng rót thêm vào nữa!" Thiền sư nhìn ông và chậm rãi nói: "Giống như tách trà này, trong đầu ông cũng chứa đầy những ý tưởng và khái niệm, làm sao có thể tiếp nhận thiền?"

Với những gì đã trình bày, sẽ không ít người có thể cảm thấy thiền là một chủ đề rất khó tiếp cận, có phần xa lạ với cuộc sống bình thường này, và cho dù có vẻ như vô cùng cuốn hút nhưng lại cũng rất khó nắm bắt.

Nhưng thật ra tất cả những gì phiền toái mà cho đến nay chúng ta đã phải trải qua trong nỗ lực tiếp cận với thiền đều do chính chúng ta tự chuốc lấy. Tri thức kiến giải càng nhiều thì càng phải cần đến nhiều biện luận giảng giải, vì không như thế thì không thể xác lập niềm tin. Bởi vậy, thiền đặt trọng tâm với người bước đầu tu học chính là ở nơi sự tin nhận.

Khi Sa-di Cao đến tham vấn thiền sư Dược Sơn và chứng tỏ được chỗ đạt ngộ của mình, thiền sư Dược Sơn hỏi:

- Ngươi do xem kinh mà được hay do thưa hỏi mà được? (汝從看經得, 請益得 - Nhữ tùng khán kinh đắc, thỉnh ích đắc?)

Sa-di Cao đáp:

- Không do xem kinh được, cũng không do thưa hỏi mà được. (不從看經得, 亦不從請益得。- Bất tùng khán kinh đắc, diệc bất tùng thỉnh ích đắc.)

Thiền sư Dược Sơn lại hỏi:

- Có nhiều người không xem kinh, không thưa hỏi, vì sao lại chẳng được? (大有人不看經不請益, 為什麼不得 。- Đại hữu nhân bất khán kinh, bất thỉnh ích, vi thậm ma bất đắc?)

Sa-di Cao thưa:

- Không nói họ không được, chỉ là họ không chịu tin nhận lấy. (不道他無, 只是他不肯承當 。- Bất đạo tha vô, chỉ thị tha bất khẳng thừa đương.)

Người tin nhận được mới có thể trực nhận yếu chỉ của thiền. Tất cả những nỗ lực biện thuyết giảng giải cũng chỉ là vì người không chịu tin nhận mà thuyết phục, mà xóa bỏ dần đi những kiến giải đầy ắp trong "tách trà" của họ.

Với những ai có một tâm hồn nhạy cảm và ít chịu sự trói buộc của tri thức kiến giải, con đường đến với thiền có thể giản dị hơn nhiều. Cuộc sống vẫn là nền tảng cho tất cả những gì chúng ta đề cập đến. Hết thảy mọi sự biện giải chia chẻ cũng không thể đi ra ngoài đời sống. Cho dù có tinh thông những luận thuyết thâm áo đến đâu đi chăng nữa, chúng ta cũng không thể tránh được sự đối mặt cùng cuộc sống với bản chất thực sự của nó. Dù có hướng mắt về những vì sao xa tít tắp trên cao, chúng ta vẫn phải bước chân đi ngay trên mặt đất này. Vì thế, điểm gặp nhau của tất cả chúng ta vẫn là những vấn đề thiết thực ngay trong cuộc sống hằng ngày.

Và tất cả chúng ta đều có thể đến với thiền ngay trong cuộc sống bình thường. Một vị tăng vừa mới vào thiền viện, đến thưa với ngài Triệu Châu:[1]

- Con mới vào chùa, xin thầy chỉ dạy. (某甲乍入叢林, 乞師指示。- Mỗ giáp sạ nhập tùng lâm, khất sư chỉ thị.)

Ngài liền hỏi:

- Ăn cháo xong chưa? (喫粥了也未。- Khiết chúc liễu dã vị?)

Vị tăng đáp:

- Ăn cháo rồi. (喫粥了也。- Khiết chúc liễu dã?)

Ngài bảo:

- Rửa bát đi. (洗缽盂去。- Tẩy bát vu khứ.)

Vị tăng nghe xong đại ngộ.

Lại ngày khác, ngài hỏi một vị tăng mới đến:

- Ngươi đã từng đến đây chưa?

Vị tăng thưa:

- Đã từng đến.

Ngài liền bảo:

- Uống trà đi.

Rồi hỏi một vị tăng khác:

- Ngươi đã từng đến đây chưa?

---

[1] Ngài là đệ tử của thiền sư Nam Tuyền Phổ Nguyện. Sống vào đời nhà Đường của Trung Hoa, sinh năm 778 và mất năm 897.

Vị tăng thưa:

- Chưa từng đến.

Ngài lại bảo:

- Uống trà đi.

Vị viện chủ không hiểu được, liền thưa hỏi:

- Hòa thượng vì sao: người đã từng đến, dạy uống trà đi; người chưa từng đến, cũng dạy uống trà đi?

Ngài liền gọi:

- Viện chủ!

Viện chủ đáp:

- Dạ!

Ngài bảo:

- Uống trà đi.

Triệu Châu là một trong các vị thiền sư lỗi lạc nhất, có những đóng góp to lớn trong sự phát triển của Thiền tông tại Trung Hoa. Người đời sau xưng tụng rằng tất cả những gì ngài nói ra đều là châu ngọc của thiền môn. Trong cuộc đời ngài, đến 80 tuổi vẫn còn đi chưa dừng nghỉ, và giáo hóa đồ chúng cho đến phút cuối đời, thọ 120 tuổi mà vẫn an nhiên không bệnh tật. Quả là tấm gương sáng cho hậu học.

Những lời dạy của ngài Triệu Châu hàm chứa đầy thiền vị nhưng lại không quá xa vời đối với người mới bước vào thiền. Vì thế, những gì ngài đã nói ra được rất nhiều người biết đến. Chính qua những lời này mà rất nhiều người cảm nhận được tinh thần của thiền trong cuộc sống hằng ngày.

Một hôm, ngài đang quét sân, có người đến hỏi:

– Hòa thượng là bậc thiện tri thức, vì sao lại có bụi? (和尚是善知識為什麼有塵。– Hòa thượng thị thiện tri thức vi thậm ma hữu trần?)

Ngài đáp:

– Từ bên ngoài đến. (外來。– Ngoại lai.)

Ngay khi câu hỏi cố nêu lên một phạm trù lý luận siêu hình, thì ngài vẫn thản nhiên đáp lại một cách hết sức giản đơn nhưng không kém phần hàm súc. Người hỏi rõ ràng không đơn giản chỉ đề cập đến 'bụi' đang được quét trong sân, mà muốn qua đó nêu lên vấn đề phiền não tạp niệm trong tâm thức. Câu đáp của ngài Triệu Châu tuy ngắn gọn nhưng đã hoàn toàn chỉ rõ được vấn đề: tất cả những gì mà chúng ta đang nỗ lực một đời để rũ bỏ thật ra đều chỉ là những bụi bặm từ bên ngoài đến!

Vấn đề thật tánh, chân tánh hay Phật tánh là một trong những nghi vấn trọng tâm của hầu hết những người mới bước vào thiền. Bởi vì thiền tông dạy người "kiến tánh thành Phật" nên không thể không lưu tâm đến "tánh" ấy là gì. Đoạn văn sau đây sẽ cho ta thấy được cách nhìn độc đáo của ngài Triệu Châu về vấn đề này.

Có vị tăng hỏi:

– Con chó có tánh Phật hay không? (狗子還有佛性也無？– Cẩu tử hoàn hữu Phật tánh dã vô?)

Ngài đáp:

- Có. (有。- Hữu.)

Vị tăng hỏi:

- Đã có, vì sao còn chui vào trong cái túi da ấy? (既有，為甚麼卻撞入這箇皮袋？- Ký hữu, vi thậm ma khước chàng nhập giá cá bì đại?)

Ngài đáp:

- Vì đã biết mà cố phạm vào. (為他知而故犯。- Vị dã tri nhi cố phạm.)

Lại có vị tăng khác hỏi:

- Con chó có tánh Phật hay không? (狗子還有佛性也無？- Cẩu tử hoàn hữu Phật tánh dã vô?)

Ngài đáp:

- Không. (無。- Vô.)

Vị tăng hỏi:

- Tất cả chúng sanh đều có tánh Phật, con chó vì sao lại không có? (一切眾生皆有佛性，狗子為什麼卻無？- Nhất thiết chúng sanh giai hữu Phật tánh, cẩu tử vi thậm ma khước vô.)

Ngài đáp:

- Vì nó còn có nghiệp thức. (為伊有業識在。- Vị y hữu nghiệp thức tại.)

Cùng một câu hỏi, nhưng câu trả lời lại lúc có lúc không, và đều được nói ra từ một vị thiền sư đạt ngộ, phải chăng điều này chỉ có thể được thấy ở thiền?

Tính chất ứng đối tùy theo người hỏi và tùy theo sự việc có thể nói là một đặc điểm chung của những mẩu đối thoại trong thiền môn.

Có người hỏi thiền sư Quy Sơn đã làm gì trong suốt mùa hè qua. Thiền sư trả lời: "Ngày ăn một bữa, tối ngủ ngon."

Qua câu trả lời này, chúng ta thấy rõ thiền hiện hữu ngay trong cuộc sống hằng ngày. Nhưng người đi tìm ý nghĩa của thiền lại thường phóng tầm mắt nhìn ra quá xa, và vì thế không sao thấy được. Một vị tăng tham học đã khá lâu, một hôm đến thưa với vị thầy của mình: "Con theo thầy đã lâu, sao không được chỉ dạy chỗ tinh yếu?" Thiền sư đáp: "Sao con lại nói thế? Mỗi sáng con đến chào, ta đều đáp lại; khi con bưng trà, ta nhận uống. Ngoài những điều ấy, con còn muốn ta chỉ dạy thêm gì nữa?"

Nếu đây là thiền, rõ ràng hầu hết chúng ta đều đã rời xa nó để chạy đi tìm kiếm ở những nơi không thể có! Kinh nghiệm trải qua trong cuộc sống bình thường mỗi ngày lại chính là những gì mà ta vẫn tưởng là rất xa xôi và bí ẩn!

Chúng ta đã cố gắng tiếp cận với thiền từ nhiều góc độ, nhưng cho dù ta có thể gom góp rất nhiều những biện giải lý luận để nhắm đến việc hiểu được thiền, thì khía cạnh đáng nói nhất, quan trọng nhất của thiền vẫn là tính cách thiết thực ngay trong đời sống. Những bộ óc đầy tri thức kiến giải khi đến với thiền thường phải mất một thời gian rất lâu chỉ để... xóa bỏ đi những tri kiến ấy. Thiền sư Vô Môn khuyên người học thiền: "Dẹp sạch đi những chỗ thấy biết tệ hại trước kia, lâu ngày được thuần thục." (蕩盡從前 惡知惡覺，久久純熟。 - Đãng tận tùng tiền ố tri ố giác, cửu cửu thuần thục.)

Vì thế, giong ruổi trong khu vườn thiền mà không thấy được khía cạnh thực tiễn gần gũi với cuộc sống thường nhật, người học tất yếu sẽ còn nhiều sự dụng công sai lầm mỏi mệt. Trong một chừng mực nào đó, chúng ta thấy rằng những ai thiên về cảm tính và trực giác thường có thể nói là gần gũi và dễ tiếp cận hơn với thiền. Bởi vì, đạo lý sâu xa nhất vẫn nằm ngay trong những gì mà ta cho là đơn sơ, tầm thường nhất, chỉ đơn giản là vì chúng bao giờ cũng là biểu hiện thực tế nhất của cuộc sống.

Khi sử dụng bộ óc phân tích lý luận, sự hiển lộ của thiền thường bị đẩy ra rất xa và thậm chí hoàn toàn biến mất trong lớp sương mù dày đặc của sự bí ẩn hay phức tạp. Nhưng khi buông bỏ tất cả những gì "đã biết" để đến với cuộc sống bằng một tâm thức hoàn toàn tự do và phóng khoáng, ta sẽ trực nhận được thiền ngay trong những sự việc đơn sơ nhất vì ánh sáng tỏa ra từ đó không bị che mờ bởi bất cứ điều gì.

Một thiền sư có thể đưa cây gậy trúc lên, hoặc bảo người học trò mang đến một món đồ, hoặc đơn giản hơn nữa là gọi tên người học trò... Tất cả những điều ấy là những sự kiện đơn giản nhất trong cuộc sống bình thường, nhưng có thể trở nên kỳ bí và phức tạp nhất chỉ vì chính chúng ta muốn thế! Nhưng thiền chỉ hiện diện trong ý nghĩa đơn giản nhất, vì đó mới là ý nghĩa thực sự của sự việc. Không có sự hiện hữu của thiền trong ý nghĩa kỳ bí và phức tạp, vì đó chỉ là một thứ ảo ảnh do chúng ta tạo ra.

Quốc sư Huệ Trung (慧忠 - ?-775) một hôm lên tiếng gọi thị giả. Thị giả ứng tiếng dạ. Gọi 3 lần như thế, thị giả cũng dạ 3 lần. Quốc sư nói: "Tưởng rằng ta phụ ngươi, hóa ra là ngươi phụ ta." (將謂吾辜負汝。元來卻是汝辜負吾 - Tương vị ngô cô phụ nhữ, nguyên lai khước thị nhữ cô phụ ngô.)

Chúng ta có thể cất công đi tìm một ý nghĩa kỳ bí nào đó trong câu chuyện này. Nhưng thật ra còn có gì có thể đơn giản hơn nữa chăng? Một người gọi, một người đáp. Mỗi ngày có biết bao nhiêu lần những chuyện bình thường như thế trôi qua mà ta không hề lưu tâm đến? Nhưng nếu ngay cả những chuyện bình thường như thế mà ta không tỉnh táo nhận biết, thì ta còn mong tìm được ý nghĩa của thiền ở đâu? Quả thật có thể nói là đã phụ lòng quốc sư!

Thiền sư Vân Môn hỏi: "Thế giới rộng lớn như thế, sao nghe chuông lại mặc áo thất điều?" (世界恁麼廣闊。因甚向鐘聲裏披七條 - Thế giới nhậm ma quảng khoát, nhân thậm hướng chung thanh lý phi thất điều?)

Nghe chuông thì mặc áo thất điều, nghe tiếng bảng gỗ thì ôm bát đến trai phòng... đều là những việc thường ngày của tăng chúng. Vì sao như vậy? Ý nghĩa cốt lõi của đời sống lại không nằm ở một nơi xa vời, mà chính là ở chỗ hiểu được những gì đang xảy ra một cách tự nhiên quanh ta, ngay trước mắt ta trong hiện tại này! Bởi vì sự sống thực sự chỉ hiển lộ qua đó mà không nằm trong bất cứ một luận thuyết siêu hình hay sự phân tích chia chẻ phức tạp nào!

Nhưng tính cách đơn giản tự nhiên của thiền hoàn toàn không nên nhầm lẫn với sự buông thả phóng túng. Một cuộc sống buông thả phóng túng sẽ hoàn toàn bị lôi cuốn theo những khuynh hướng vật dục tầm thường, bất chấp những giá trị đạo đức hay tâm linh. Điều này sẽ đẩy con người đến gần hơn với những tính chất của thú vật. Bởi vì hành vi của loài thú không có sự soi rọi của những chuẩn mực đạo đức hay tâm linh, chúng không có khuynh hướng nỗ lực để cải thiện những giá trị hiện có trong đời sống hoặc nâng cao những giá trị tinh thần.

Thiền sư Thạch Củng Huệ Tạng (石鞏慧藏) là học trò Mã Tổ. Lúc trước làm nghề săn bắn, sau gặp Mã Tổ cảm hóa liền bỏ nghề săn mà cạo tóc xuất gia. Một hôm đến phiên làm việc ở nhà bếp, Mã Tổ đi qua nhìn thấy hỏi: "Ngươi làm gì đó?" (作什麼 - Tác thậm ma?), Huệ Tạng thưa: "Chăn trâu." (牧牛 - Mục ngưu.) Mã Tổ hỏi: "Chăn như thế nào?" (作麼 生牧 - Tác ma sanh mục?) Huệ Tạng thưa: "Một khi vào trong cỏ liền nắm mũi kéo trở lại." (一迴入草去 便把鼻孔拽來 - Nhất hồi nhập thảo khứ tiện bả tị khổng duệ lai.) Mã Tổ nói: "Ngươi thật là biết chăn trâu." (子真牧牛 - Tử chân mục ngưu.)

Công phu tu tập như thế không thể gọi là buông thả, mà là cả một nỗ lực chuyên cần, liên tục tỉnh thức để vươn lên sự hoàn thiện. Chúng ta nhớ lại bài thứ 12 trong tập Vô Môn Quan và có thể thấy được những nỗ lực tỉnh thức tương tự.

Có người hỏi Quốc sư Huệ Trung (慧忠) về việc tu tập như thế nào suốt trong một ngày (十二時中如何修道 - Thập nhị thời trung như hà tu đạo?), ngài liền gọi một chú tiểu đến, xoa đầu và nói: "Tỉnh táo hết sức như thế, rõ ràng hết sức như thế, về sau đừng để người ta lừa gạt." (惺惺直然惺惺 。歷歷直然歷歷 。已後莫受人謾 。- Tinh tinh trực nhiên tinh tinh, lịch lịch trực nhiên lịch lịch, dĩ hậu mạc thọ nhân man.) Ở đây, một tinh thần nỗ lực tỉnh thức tương tự cũng được nêu lên.

Một thiền sư được hỏi là có nỗ lực để đạt đến chân lý hay không. Ngài đáp: "Có." Hỏi: "Nỗ lực như thế nào?" Đáp: "Đói ăn, mệt nghỉ."

Tất nhiên, vấn đề không thể dừng lại ở đây, vì rõ ràng là người hỏi chưa thể nhận hiểu được gì. Câu hỏi tiếp theo được đưa ra:

- Tất cả mọi người đều làm như thế, có thể nói là họ cũng tu thiền chăng?

- Không.

- Tại sao?

- Khi ăn, họ không thực sự ăn mà luôn để cho những điều khác lôi kéo. Khi ngủ, họ không thực sự ngủ mà bị cuốn hút vào muôn ngàn việc khác. Vì thế mà họ không giống như ta.

Người buông thả phóng túng thực sự không có tự do. Những gì họ suy nghĩ, hành động thật ra đều do nơi ngoại cảnh tác động và sai khiến. Tính cách tự nhiên của thiền hoàn toàn không giống như thế, nó mang lại sự tự do hoàn toàn cho cả thân và tâm. Thiền không chấp nhận bất cứ sự trói buộc hay dính mắc nào, hay nói theo kinh Kim Cang thì đó là một tinh thần "vô sở trụ".

Thiền sư Tuyết Phong Nghĩa Tồn (雪峰義存 822-908) là một trong các đệ tử xuất sắc của thiền sư Đức Sơn. Ngài đã trải qua thời gian tu học ở rất nhiều nơi, và đi đến đâu cũng nhận lấy công việc nặng nề nhất trong tăng chúng. Về sau, khi đã trở thành một bậc thầy giáo hóa đồ chúng, có vị tăng thưa hỏi rằng: "Hòa thượng ở chỗ Đức Sơn được pháp yếu gì?" Ngài đáp: "Ta đi tay không, về tay không." Sự phóng khoáng tự do của thiền đã bộc lộ rõ trong tinh thần này, nhưng hành trạng của thiền sư cũng đồng thời cho chúng ta thấy không hề có sự buông thả giãi đãi.

Thiền và sự chứng ngộ

Đến đây, có thể vấn đề sẽ bắt đầu chuyển sang một hướng mới. Qua những gì vừa trình bày, cứ tạm cho là bạn đã tin được rằng không cần phải tìm kiếm đâu xa mà thiền vẫn hiện hữu ngay trong cuộc sống này, trong những sự việc rất đơn sơ diễn ra trước mắt ta qua từng giây phút. Thế nhưng vì sao ta không trực nhận được điều đó? Ngay cả khi đã tin vào những gì vừa nói, thì liệu đã có gì thay đổi trong cuộc sống của chúng ta? Điều đó phải giải thích như thế nào?

Trong thực tế, mỗi chúng ta đều có một thế giới riêng của mình, do những cảm nhận không bao giờ hoàn toàn giống nhau, cho dù có vẻ như chúng ta đang sống chung cùng nhau chỉ dưới một bầu trời. Bạn và tôi có thể cùng ngồi với nhau uống một tách trà, và sự kiện rất đơn giản này có vẻ như giống nhau ở hai chúng ta. Nhưng thực tế là cảm nhận của hai ta không bao giờ hoàn toàn giống nhau. Trong tách trà của bạn có thể kèm theo những mối ưu tư của riêng bạn, hoặc những kinh nghiệm đã qua nào đó mà nơi tôi không có. Cũng có thể tách trà gợi lên cho tôi rất nhiều điều hoàn toàn xa lạ đối với bạn...

Ví dụ đơn sơ này có thể được mở rộng với tất cả những gì xảy ra cho chúng ta trong cuộc sống. Thiền luôn nhấn mạnh vào sự trải nghiệm tự thân - những gì bạn cảm thấy, chứ không phải những gì bạn tiếp xúc trong cuộc sống.

Vì thế, điều mà thiền nhắm đến chính là làm thay đổi sự cảm nhận của chúng ta đối với cuộc sống này, và chính qua đó mà ta mới có thể trực nhận được ý nghĩa sâu xa nơi chính những gì đơn sơ nhất trong cuộc sống. Nói một cách chính xác hơn, chúng ta đã quen bị dắt dẫn và khống chế bởi những thói quen và định kiến trong sự tiếp xúc với đời sống, và do đó không còn có được những cảm nhận thực sự của chính mình. Công năng của thiền - nếu có thể tạm gọi như thế - chính là cởi bỏ tất cả những trói buộc và trả tâm thức trở về với trạng thái tự do ban sơ.

Thói quen lâu đời của chúng ta khi tiếp cận với cuộc sống là luôn luôn phụ thuộc vào những phân tích chia chẻ lý luận, mặc dù những điều này vốn dĩ do chính chúng ta tạo ra. Thiền giúp chúng ta tiếp cận cuộc sống bằng một cách khác, loại trừ tất cả sự chi phối của công năng phân tích lý luận để trực nhận những gì đang diễn ra. Có thể tôi và bạn cùng đối mặt với những sự kiện giống nhau trong cuộc sống, nhưng sự thay đổi phương thức tiếp cận sẽ làm cho chúng ta cảm nhận được cuộc sống theo những cách hoàn toàn khác nhau. Ngay cả trong cuộc sống bình thường chưa có sự hiện diện của thiền, chỉ một áng mây trôi qua cũng được cảm nhận khác nhau bởi những người có tâm hồn khác nhau.

Khi sự trói buộc của thế giới đối đãi nhị nguyên hình thành từ những khái niệm và lý luận bị phá vỡ, chúng ta sẽ cảm nhận cuộc sống này theo một cách hoàn toàn mới mẻ - và đó là bước đầu tiên đến với thiền. Nhưng ngay cả một sự mô tả như là "mới mẻ" cũng chỉ là một cách nói cho thuận tiện, bởi vì thật ra nó không diễn tả được hết những gì mà người thực hành thiền có thể cảm nhận được.

Người thực hành thiền đạt đến sự chuyển hóa tâm thức và trực nhận cuộc sống dưới một góc nhìn hoàn toàn mới được xem như trải qua một kinh nghiệm gọi là sự chứng ngộ. Đây là mục tiêu nhắm đến của thiền, bởi vì sau kinh nghiệm chứng ngộ mỗi con người có thể xem như đã hoàn toàn lột xác để trở thành một con người mới, hoàn toàn thoát khỏi mọi sự ràng buộc của đời sống thế tục. Người đã chứng ngộ có thể sống ngay trong cuộc sống thế tục nhưng không bị chi phối ngay cả bởi những biến cố ghê gớm nhất, bởi vì họ hiểu rõ rằng ý nghĩa cốt lõi của đời sống không nằm ở đó.

Một trường hợp chứng ngộ có thể đến với người học thiền trong rất nhiều hoàn cảnh khác nhau, thường có thể là nhờ vào sự khai phá, gợi mở của một bậc thầy, hoặc một sự kiện tình cờ nào đó có hàm chứa những ý nghĩa sâu xa mà hành giả đang nghiền ngẫm trong tâm thức. Có những trường hợp rất đơn sơ, nhưng cũng có những trường hợp cam go và đầy kịch tính.

Một vị tăng đến xin ngài Triệu Châu (778-897) chỉ dạy. Ngài hỏi: "Ăn cháo xong chưa?" Đáp: "Ăn cháo xong rồi." Ngài bảo: "Rửa bát đi." Vị tăng nhân đó liền chứng ngộ.

Về trường hợp chứng ngộ này, về sau thiền sư Vân Môn Văn Yển (?-949) có nhận xét rằng: "Thử hỏi Triệu Châu có chỉ dạy hay không? Nếu có, là dạy cái gì? Nếu không, ông tăng lại ngộ cái gì?"

Thiền sư Đức Sơn trước khi đến với thiền vốn là một học giả uyên bác và nghiên cứu nhiều về kinh Kim Cang. Ngài không tin vào tông chỉ "giáo ngoại biệt truyền, kiến tánh thành Phật" của Thiền tông, nên mang theo mấy bộ sớ giải kinh Kim Cang lên đường đến phương Nam để bài xích. Giữa đường gặp một bà lão, ngài hỏi mua bánh ăn điểm tâm. Bà lão hỏi: "Đại đức mang theo gì thế?" Đức Sơn đáp: "Sớ giải kinh Kim Cang." Bà lão liền hỏi: "Cứ như trong kinh nói thì tâm quá khứ không thể được, tâm hiện tại không thể được, tâm vị lai không thể được. Đại đức muốn điểm tâm nào?" (只如經中道。過去心不可得。見在心不可得。未來心不可得。大德要點那箇心。- Chỉ như kinh trung, quá khứ tâm bất khả đắc, hiện tại tâm bất khả đắc, vị lai tâm bất khả đắc. Đại đức yếu điểm ná cá tâm?) Đức Sơn không biết đáp thế nào, quay sang hỏi: "Gần đây có vị thiền sư nào hay chăng?" Bà lão liền chỉ đường cho ngài đến hòa thượng Long Đàm.

Đến chỗ thiền sư Long Đàm, ngài bỗng có chỗ hiểu ra nên xin ở lại đây tu học. Một hôm, ngài đứng hầu cho đến tận khuya, Long Đàm liền bảo: "Đã khuya, sao không về đi?" Ngài cúi chào đi ra, giây lát trở vào thưa: "Bên ngoài tối quá." Long Đàm thắp một cây nến đưa cho. Ngài vừa đưa tay sắp nhận lấy thì Long Đàm vụt thổi tắt. Ngài nhân đó liền chứng ngộ.

Ngài Bách Trượng (724-814) một hôm đang theo hầu Mã Tổ (709 - 788), có đàn ngỗng trời bay qua. Mã Tổ hỏi: "Chim gì thế?" Bách Trượng thưa: "Ngỗng trời." Mã Tổ lại hỏi: "Bay đi đâu thế?" Đáp: "Bay qua mất rồi." Mã Tổ liền nắm chặt lấy chóp mũi của Bách Trượng vặn mạnh. Đau quá, Bách Trượng kêu thét lên. Mã Tổ nói: "Sao nói là bay qua mất rồi?" Bách Trượng nhân đó liền chứng ngộ.

Có vẻ như thật khó tìm được bất cứ mối quan hệ nào giữa các trường hợp chứng ngộ, nhưng điểm chung không thể phủ nhận là trong những trường hợp này, rõ ràng người chứng ngộ đều đạt đến một chỗ thấy biết tương đồng nhất định để được vị thầy ấn khả.

Thiền sư Hương Nghiêm Trí Nhàn là đệ tử của ngài Bách Trượng. Tư chất thông minh, học một biết mười, hết thảy kinh luận đều thông hiểu, nhưng khi thầy đã viên tịch vẫn chưa chứng ngộ, liền tìm đến vị sư huynh - đệ tử lớn của Bách Trượng - là tổ Quy Sơn để theo học.

Một hôm, tổ Quy Sơn nói: "Nay ta không hỏi ngươi những kiến giải kinh sách từ trước đến nay đã học, chỉ hỏi việc của chính ngươi khi còn chưa ra khỏi bào thai, chưa phân phương hướng, thử nói một câu xem. Ta sẽ ghi nhận cho." (吾不問汝平生學解及 經卷冊子上記得者。汝未出胞胎未辨東西時，本分事試 道一句來。吾要記汝。- Ngô bất vấn nhữ bình sanh học giải cập kinh quyển sách tử thượng ký đắc giả. Nhữ vị xuất bào thai vị biện đông tây thời, bản phận sự thí đạo nhất cú lai. Ngô yếu ký nhữ.)

Hương Nghiêm nghe qua mù mịt không đáp được. Suy ngẫm rất lâu, vận dụng hết thảy những kiến giải đã có cũng không sao hiểu được. Liền nói: "Thỉnh hòa thượng vì tôi giảng thuyết." (卻請和尚為說。- Khước thỉnh hòa thượng vị thuyết.)

Tổ Quy Sơn nói: "Chỗ ta nói được là kiến giải của ta, với chỗ hiểu của ngươi phỏng có ích gì?" (吾說得是吾之見解。於汝眼目何有益乎。- Ngô thuyết đắc thị ngô chi kiến giải, ư nhữ nhãn mục hà hữu ích hồ?)

Hương Nghiêm quay về lục tìm hết những điều giảng giải của các vị danh đức khắp nơi, cũng không có được lấy một lời nào khả dĩ ứng đáp được. (遍檢所集諸方語句無一言可將酬對。- Biến kiểm sở tập chư phương ngữ cú vô nhất ngôn khả tương thù đối.) Ngài liền than rằng: "Bánh vẽ không thể ăn đỡ đói!" (畫餅不可充飢。- Họa bính bất khả sung cơ.)

Ngài đốt sạch hết sách vở hiện có, tự nói rằng: "Đời này không học Phật pháp nữa. Hãy làm tăng thường lo việc cơm cháo, khỏi nhọc tâm thần." (此生不學佛法也。且作箇長行粥飯僧免役心神。- Thử sanh bất học Phật pháp dã. Thả tác cá trường hành chúc phạn tăng, miễn dịch tâm thần.) Nói rồi khóc mà bái biệt tổ Quy Sơn ra đi.

Ngài đến Nam Dương, lưu lại nơi chỗ ở trước đây của Quốc sư Huệ Trung. Một hôm, nhân khi phát cây cỏ trong núi, có hòn sỏi nhỏ văng chạm cây trúc phát ra âm thanh, ngài vừa nghe tiếng bỗng nhiên chứng ngộ.

Trường hợp của thiền sư Hương Nghiêm là một thí dụ rõ nét về sự vô ích của tri thức lý luận trong việc đạt đến sự chứng ngộ. Còn có thể kể ra rất nhiều trường hợp khác nữa, mà được nhiều người biết đến nhất trong số ấy là trường hợp của thiền sư Đức Sơn. Sau khi chứng ngộ, ngài đã mang hết số giải kinh Kim Cang đến trước pháp đường nói rằng: "Hết thảy mọi biện giải sâu xa chỉ như lông tơ nơi thái hư. Trọn vẹn mọi yếu quyết là giọt nước rơi xuống vực thẳm." (窮諸玄辨，若一毫致於太虛 。竭世樞機，似一滴投於巨壑 。- Cùng chư huyền biện, nhược nhất hào khổng ư thái hư. Kiệt thế xu cơ dĩ nhất trích đầu ư cự hác.) Nói rồi đốt sạch, lễ bái từ biệt thầy mà đi.

Đức Sơn và Trí Nhàn đều là hai vị học giả uyên bác, trí tuệ xuất chúng. Vì thế, về phương diện tri thức quả ít có ai vượt qua các ngài. Nhưng cả hai đều chỉ ôm mớ kiến giải ấy làm người đứng ngoài cửa thiền. Ngài Hương Nghiêm xem đó là "bánh vẽ", nhìn thật xinh đẹp, hấp dẫn nhưng chẳng chút ích lợi gì trong cơn đói. Ngài Đức Sơn xem đó như "lông tơ nơi thái hư, giọt nước rơi xuống vực thẳm", cũng là chẳng đủ để mang lại chút lợi ích thiết thực nào. Cả hai đều tỏ rõ nhận xét này bằng cách đốt sạch những gì mà từ trước đã từng khổ công cầu học.

Đến đây, chúng ta đã có thể hình dung được rằng sự chứng ngộ là điều mà người học thiền nhắm đến, là kết quả không gì thay thế được và mỗi người phải tự mình đạt đến, không thể dựa vào bất cứ ai, ngay cả vị thầy dẫn dắt mình. Và nỗ lực đạt đến chứng ngộ cần phải thông qua ánh sáng chiếu rọi từ tự tâm mà không thể nhờ vào những tri thức kiến giải có được qua việc nghiên tầm kinh luận, sách vở.

Nhưng dù chỉ mấy dòng ngắn ngủi này, mà việc ngộ nhận cũng có rất nhiều khả năng xảy ra. Nếu chỉ dựa vào sự phân tích lý luận để hiểu, chúng ta sẽ dễ dàng rơi vào một vòng xoay luẩn quẩn không lối thoát.

Thứ nhất, việc chứng ngộ có thể xem là thời điểm chuyển hóa hoàn toàn cảm nhận của chúng ta về cuộc sống, về thế giới này. Các thiền sư luôn xem đây là việc "đại sự một đời", quên ăn bỏ ngủ để quyết tâm đạt đến. Tuy nhiên, nếu cho rằng khi chưa chứng ngộ thì việc thực hành thiền không ích lợi gì sẽ là hoàn toàn sai lầm.

Thực ra, trước thời điểm chuyển hóa hoàn toàn, chúng ta cần phải trải qua giai đoạn "tiệm tiến" với những chuyển hóa phần nào trong cuộc sống. Nhiều người dựa vào thuyết "đốn ngộ" mà bác bỏ điều này. Thực ra họ không hiểu rằng khi nói "đốn ngộ" là muốn chỉ cho thời điểm "triệt ngộ" mà thôi. Với ý nghĩa này, con người nhất thời lột xác, cởi bỏ hoàn toàn mọi thiên kiến sai lệch vốn có để trực nhận chân lý rốt ráo nơi đời sống. Sự chuyển hóa mà chúng ta đang đề cập chưa phải là sự triệt ngộ, nhưng nó là bước tiến cần thiết mà không ai không trải qua. Vì thế, nói "đốn ngộ" không phải là phủ nhận giai đoạn hé mở dần cánh cửa giác ngộ, để đến thời điểm chín mùi mới có thể xảy ra sự triệt ngộ. Điều này có thể thấy rõ qua chính trường hợp của Lục Tổ Huệ Năng, người đã suốt đời hoằng hóa và xiển dương thuyết "đốn ngộ".

Theo Kinh Pháp Bảo Đàn ghi lại thì ngài triệt ngộ vào lúc được Ngũ Tổ gọi vào phòng giảng kinh Kim Cang cho nghe. Phẩm Hành Do trong kinh chép rằng: "Vì (Huệ Năng) thuyết kinh Kim Cang, đến câu 'nên sanh tâm ở nơi không có vướng mắc' Huệ Năng vừa nghe liền đại ngộ." (為說金剛經 。至應無所住而生其心，惠能言下大悟 。- Vị thuyết Kim Cang Kinh, chí 'ưng vô sở trụ nhi sanh kỳ tâm' Huệ Năng ngôn hạ đại ngộ.)

Nhưng cũng trong phẩm kinh này, trước đó có chép trường hợp Lục Tổ lần đầu tiên nghe một người khách tụng kinh Kim Cang liền có chỗ ngộ. Kinh chép: "Huệ Năng một lần nghe được lời kinh, tâm liền khai ngộ." (惠能一聞經語，心即開悟 。- Huệ Năng nhất văn kinh ngữ, tâm tức khai ngộ.)

Ở đây chúng ta thấy rõ trước thời điểm triệt ngộ khi đến với Ngũ Tổ, Lục Tổ cũng đã bắt đầu có sự chuyển hóa cách tiếp cận với thực tại ngay từ lần đầu tiên nghe kinh Kim Cang. Từ đó cho đến khi triệt ngộ, ngài nhất định đã trải qua một thời gian nuôi dưỡng sự chuyển hóa này trong tâm thức, cho đến thời điểm chín mùi và triệt ngộ mới được Ngũ Tổ ấn khả.

Đây là dẫn trường hợp của một bậc đại trí thượng căn ngàn năm có một. Ai đã từng đọc kinh Pháp Bảo Đàn đều thấy không thể đem những cách lý luận bình thường để giải thích về trường hợp của Lục Tổ Huệ Năng. Cho dù từ nhỏ không được học, một chữ cũng không đọc viết được, nhưng chỉ nghe tụng qua kinh Pháp Hoa một lần chưa trọn bộ liền có thể giảng giải được ý kinh, vì người khác mà khai ngộ. Nếu lấy chỗ học hiểu thông thường của chúng ta hẳn là khó tin nổi một trí tuệ siêu việt đến thế!

Bậc đại trí còn như thế, với những người bình thường lẽ tất nhiên không thể không trải qua một thời gian thực hành rất lâu trước khi có thể đạt đến sự triệt ngộ. Vì thế, mặc dù đích nhắm của thiền là sự chứng ngộ, nhưng những gì mà người thực hành thiền đạt được khi chưa chứng ngộ không thể nói là "không có gì".

Trong thực tế, tất cả những ai thực hành thiền đều có thể tự cảm nhận được sự ích lợi ngay trong cuộc sống, cho dù những trường hợp thực sự chứng ngộ vẫn là chuyện không dễ thấy. Vào thời kỳ Thiền tông đang hưng thịnh, các vị đệ tử đắc pháp của Lục Tổ chia nhau hoằng hóa mỗi người một phương và đều có những đệ tử truyền thừa rất kiệt xuất, nhưng hãy nghe Thiền sư Hoàng Bá Hy Vận (黃檗希運), một học trò xuất sắc của thiền sư Bách Trượng[1] nói về những trường hợp chứng ngộ trong thiền môn:

---

[1] Bách Trượng là đệ tử Mã Tổ, Mã Tổ là đệ tử Nam Nhạc, và Nam Nhạc là đệ tử của Lục Tổ Huệ Năng.

"Không nói không có thiền, chỉ nói không có sư. Xà-lê không thấy sao, theo học ở đạo trường Mã Tổ có đến 88 người, được pháp yếu của ngài chỉ có năm, sáu người thôi." (不道無禪只道無師。闍梨不見。馬大師下有八十八人坐道場。得馬師正眼者。止三兩人。- Bất đạo vô thiền, chỉ đạo vô sư. Xà lê bất kiến Mã Đại sư hạ hữu bát thập bát nhân tọa đạo tràng, đắc Mã sư chánh nhãn giả chỉ tam lưỡng nhân.)

Sách Cảnh Đức Truyền Đăng Lục ghi nhận số người theo học với các thiền sư lỗi lạc rất đông. Chẳng hạn, thiền sư Đạo Ưng giáo hóa ở Vân Cư đồ chúng lúc nào cũng đến 1500 vị. Số học chúng theo ngài Linh Hựu vào lúc ngài trú trì ở Quy Sơn cũng không dưới số này... Qua đó chúng ta thấy được một thực tế là không phải ai đến với thiền cũng có thể may mắn đạt đến sự triệt ngộ.

Nhưng điều chắc chắn mà tất cả chúng ta đều có thể tin được là, ngay khi bước vào thiền thì mỗi người đều sẽ nhận được phần lợi ích nhất định nhờ vào những thay đổi trong cách nhìn nhận cuộc sống và sự giải phóng tâm thức. Kết quả thực hành thiền sẽ làm chuyển biến cách suy nghĩ cũng như hành động của chúng ta trong cuộc sống theo hướng ngày càng vươn lên. Chính những kết quả khiêm tốn này lại mới là phần lợi ích phổ cập cho bất cứ ai thực sự đến với thiền. Nhiều người khi đến với thiền lại chỉ muốn luận bàn về sự chứng ngộ mà không lưu tâm đến những thay đổi dần dần này, và điều đó thường không mang lại cho bản thân họ chút lợi ích thực tiễn nào ngoài việc thỏa mãn tính hiếu kỳ.

Điều thứ hai mà người mới đến với thiền có thể dễ dàng rơi vào ngộ nhận là sự phủ nhận mọi tri thức kiến giải. Như đã nói trên, sự chứng ngộ không thể trông mong đạt đến qua việc nghiên tầm kinh luận, sách vở. Tuy nhiên, nói như thế không phải là phủ nhận hoàn toàn vai trò của văn tự ngôn ngữ.

Sự phủ nhận ở đây mang ý nghĩa của một nỗ lực vùng vẫy nhằm thoát ra khỏi những trói buộc, giới hạn mà một bộ óc lý luận tri thức thường mắc phải. Trong ý nghĩa trực tiếp góp phần vào sự chứng ngộ, tri thức kiến giải hoàn toàn không có chút giá trị nào. Nhưng trong ý nghĩa gián tiếp, điều đó lại là chuyện khác. Và cách phủ nhận của thiền về vấn đề này chỉ nhằm đến giải phóng tâm thức ra khỏi tầm khống chế của ngôn ngữ chương cú, chứ hoàn toàn không phủ nhận những giá trị giới hạn nhất định của văn tự ngôn ngữ.

Hãy trở lại trường hợp của Lục Tổ Huệ Năng. Tuy là người không được học qua chữ viết, nhưng nguồn khơi mở sự chứng ngộ của ngài chính là kinh Kim Cang. Về sau, trong thời gian hoằng hóa của ngài, ngài còn tự thân giảng giải nhiều bộ kinh khác nữa, và chính những lời giảng của ngài cũng được ghi chép cẩn thận vào kinh Pháp Bảo Đàn. Ở đây, vai trò của văn tự qua kinh điển là không thể phủ nhận. Điểm khác biệt chỉ là ở chỗ, người học kinh hoàn toàn không bị trói buộc nơi nghĩa kinh mà chỉ xem đó như một phương tiện khơi mở cho tuệ giác của tự tâm. Nếu hiểu được ý nghĩa này thì rõ ràng là thiền không hề có sự phủ nhận ngôn ngữ văn tự nói chung, và kinh điển nói riêng. Và cũng chỉ trong cách hiểu này, chúng ta mới hiểu được vì sao kho tàng kinh luận vẫn mỗi ngày được bồi đắp thêm nhiều hơn trước, ngay cả những đóng góp của các thiền sư cũng vô cùng đáng kể, như các tác phẩm Bích Nham Lục, Vô Môn Quan... cùng rất nhiều bộ ngữ lục khác vẫn được trước tác và lưu hành qua nhiều thế kỷ nay.

Người mới đến với thiền, không hiểu rõ nghĩa này, chỉ dựa vào một câu "bất lập văn tự" mà xem thường kinh điển giáo nghĩa, rốt cuộc chẳng biết dựa vào đâu mà có thể khơi mở tự tâm?

Sự ngộ nhận thứ ba là ý nghĩa "bất khả thuyết" trong sự chứng ngộ. Chúng ta đều thấy qua các trường hợp chứng ngộ là vai trò của vị thầy dắt dẫn có vẻ như rất hạn chế trong việc giúp người học trò đạt đến mục đích. Vì sao như thế? Ngay cả bằng vào kinh nghiệm tự thân đã chứng ngộ, một bậc thầy cũng không thể mang những điều ấy truyền lại cho đệ tử. Bởi vì nếu "điều ấy" có thể đến được bằng sự truyền đạt qua ngôn ngữ, tất yếu lại phải rơi vào cái vòng luẩn quẩn của sự "hữu hạn" mà người học thiền đang vùng vẫy để thoát ra. Vì thế, sự chứng ngộ phải là một kinh nghiệm tự thân xuất phát từ tâm thức mỗi người, mà vai trò của một bậc thầy dù tận tâm đến đâu cũng chỉ là một sự gợi mở mà thôi.

Nhưng khi nói "bất khả thuyết" hoàn toàn không có nghĩa là phủ nhận sự chỉ dạy của những bậc thầy.

Trong thực tế, xưa kia những người theo học thiền với các thiền sư đã chấp nhận phải trèo đèo lội suối, đến tận những nơi thâm sơn cùng cốc, cũng chỉ là để được nghe những lời chỉ dạy, chứ không mong gì việc được các ngài nắm tay dắt lên bậc thang chứng ngộ. Hơn thế nữa, lời dạy của các thiền sư cho đến nay vẫn còn lưu truyền và có ý nghĩa không nhỏ đối với người học thiền. Điều quan trọng là người học cần phải biết rằng tất cả mọi sự giảng dạy chỉ mang tính cách gợi mở, chỉ dẫn, không thực sự là những giá trị của tự thân. Nói theo ngôn ngữ của thiền thì đó là những "của báu nhà người", và người học nếu chấp chặt vào đó, lầm tưởng là của mình thì tất yếu sẽ phải "nghèo khổ" trọn đời vì bản thân thực ra là chẳng có gì cả!

Một sự ngộ nhận khác nữa muốn đề cập ở đây - trong khuôn khổ của tập sách này, nhưng chưa phải là cuối cùng - là việc tiếp cận với những mô tả gượng ép về một trạng thái chứng ngộ - mà hoàn toàn không phải là kinh nghiệm tự thân - có thể dễ dàng dẫn đến một cách hiểu sai lệch, đơn giản hóa vấn đề. Không ít người đã rơi vào chỗ sai lầm khi hiểu về sự chứng ngộ chỉ đơn giản như một "cách nhìn mới về cuộc sống". Ý nghĩa này có phần nào đó phù hợp, nhưng điều quan trọng nhất là bạn nhận thức như thế nào là một "cách nhìn mới". Như đã nói, ánh sáng bừng lên của sự chứng ngộ sẽ mang lại một cách nhìn hoàn toàn mới, và về phương diện tinh thần có thể xem như một sự lột xác hoàn toàn để ra đời một "con người mới". Nhưng nếu hiểu "cách nhìn mới" trong giới hạn của những phạm trù khái niệm, không có sự giải phóng hoàn toàn của tâm thức thì sẽ là một cách nhìn quá đơn giản về sự chứng ngộ.

Chúng ta hãy nghe thiền sư Vô Môn nói về những gì phải trải qua trước khi đạt đến sự chứng ngộ, để có thể tạm hình dung phần nào tính cách quan trọng của ý nghĩa này:

"Tham thiền phải vượt qua cửa tổ, chứng ngộ phải dứt sạch đường tâm. Cửa tổ không qua, đường tâm không dứt, chỉ như bóng ma nương cây dựa cỏ...

... Cả thảy ba trăm sáu mươi đốt xương, tám vạn bốn ngàn lỗ chân lông, toàn thân hợp nhất nêu lên một mối nghi... ... Như nuốt hòn sắt nóng, nhả mà nhả chẳng ra. Dẹp sạch đi những chỗ thấy biết tệ hại trước kia, lâu ngày được thuần thục, tự nhiên trong ngoài kết thành một khối, như người câm nằm mộng, chỉ một mình tự biết." (參禪須透祖師關。妙悟要窮心路絕。祖關不透。心路不絕。盡是依草附木精靈。... ... 將三百六十骨節八萬四千毫竅。通身起箇疑團。... ... 如吞了箇熱鐵丸相似吐又吐不出。蕩盡從前惡知惡覺。久久純熟。自然內外打成一片，如啞子得夢只許自知。- Tham thiền tu thấu tổ sư quan, diệu ngộ yếu cùng tâm lộ tuyệt. Tổ quan bất thấu, tâm lộ bất tuyệt, tận thị y thảo phụ mộc tinh linh...

... Tương tam bách lục thập cốt tiết, bát vạn tứ thiên hào khiếu, thông thân khởi cá nghi đoàn... ... Như thôn liễu cá nhiệt thiết hoàn tương tự, thổ hựu thổ bất xuất. Đãng tận tùng tiền ố tri ố giác, cửu cửu thuần thục, tự nhiên nội ngoại đả thành nhất phiến, như á tử đắc mộng chỉ hứa tự tri.)

Quả thật, hoàn toàn không đơn giản chút nào để có thể đạt đến sự chứng ngộ, giải phóng hoàn toàn tâm thức ra khỏi sự ràng buộc của "những chỗ thấy biết tệ hại trước kia". Nhưng mặt khác, điểm khởi đầu để bước vào thiền, để cảm nhận được những lợi ích thiết thực của thiền trong cuộc sống hằng ngày lại hầu như có thể dành cho bất cứ ai.

Vì thế, khi tiếp cận với thiền chúng ta thường dễ rơi vào một trong hai hướng cực đoan sai lệch. Một số người cho rằng thiền chỉ dành cho những bậc thượng căn đại trí, không phù hợp với đa số có năng lực bình thường. Một số khác lại xem thiền như một pháp môn tối thượng theo nghĩa là khi đã bước chân vào thì không cần phải kính Phật trọng Tổ, dẹp bỏ mọi hình thức lễ nghi tu tập mà chỉ cần thẳng một đường "kiến tánh thành Phật". Những cách hiểu như thế đều xuất phát từ những nhận thức nông cạn từ bên ngoài, không có bất cứ một sự trải nghiệm thực sự nào. Vì thế, để thực sự hiểu được thiền, không có cách nào khác hơn là phải bước vào thiền và tự mình trải nghiệm một cuộc sống thiền.

Thiền và công án thiền

Sự thực hành thiền ở mức độ tập trung nỗ lực được thể hiện qua việc ngồi thiền và tham công án. Ngày nay, trong sự hướng dẫn thực hành thiền ở giai đoạn tập trung thì hai vấn đề này thường đi đôi với nhau, mặc dù mỗi vấn đề đều có những đặc điểm riêng cần lưu ý.

Ngồi thiền là một công phu không chỉ thấy riêng trong việc tu thiền. Vào buổi đầu của Phật giáo, ngồi thiền chính là phương thức tu thiền định (dhyana), một trong sáu pháp ba-la-mật do Phật truyền dạy, về sau được xem là những phương thức tu tập chủ yếu của các vị Bồ Tát, bao gồm: bố thí, trì giới, nhẫn nhục, tinh tấn, thiền định và trí tuệ. Và nếu ngược dòng thời gian về trước nữa, có thể nói là phương pháp ngồi thiền đã được nhiều tôn giáo khác ứng dụng tại Ấn Độ trước khi đức Phật ra đời.

Tuy nhiên, điều quan trọng cần lưu ý là mặc dù có mối tương quan trong quá trình hình thành như thế, nhưng về mặt phương thức cũng như mục tiêu nhắm đến thì việc ngồi thiền của các tôn giáo khác hoàn toàn không giống với việc ngồi thiền trong phép tu thiền định do Phật chỉ dạy. Và việc ngồi thiền trong Thiền tông cũng không hoàn toàn giống với việc ngồi thiền ở các tông phái khác của Phật giáo. Việc kết hợp ngồi thiền với tham công án lại là một bước phát triển khác nữa của thiền về sau này mà trong giai đoạn ban đầu không hề có.

Khi không hiểu được những đặc điểm của nó, việc ngồi thiền có thể sẽ không mang lại kết quả tích cực trên con đường vươn đến sự chứng ngộ. Thiền sư Đạo Nhất ở viện Truyền Pháp ngày ngày ngồi thiền. Thiền sư Hoài Nhượng biết là chưa thấu được ý chỉ, liền lấy một cục gạch đến trước am của Đạo Nhất ngồi mài. Đạo Nhất hỏi: "Thầy làm gì thế?" (師作什麼 。- Sư tác thậm ma?) Đáp: "Mài để làm gương soi." (磨作鏡 。- Ma tác kính.) Hỏi: "Mài có thể thành gương được sao?" (磨塼豈得成鏡耶 。- Ma chuyên khởi đắc thành kính da?) Thiền sư Hoài Nhượng liền hỏi lại: "Ngồi thiền có thể thành Phật được sao?" (坐禪豈得成佛耶 。- Tọa thiền khởi đắc thành Phật da?)

Đạo Nhất qua mẩu đối thoại này liền thấy ra chỗ sai lệch. Sau đó theo học Hoài Nhượng, nhờ chỉ dạy và được truyền tâm pháp, trở thành vị thiền sư nổi tiếng trong Thiền tông, chính là thiền sư Mã Tổ Đạo Nhất mà chúng ta đã có lần đề cập trước đây.

Câu chuyện trên cho thấy thiền vận dụng việc ngồi thiền theo những yêu cầu riêng, không hoàn toàn giống với việc ngồi thiền trong phép tu thiền định. Trong kinh Pháp Bảo Đàn, Lục Tổ nói rõ hơn ý này: "Phép ngồi thiền này chẳng chấp trước nơi tâm, cũng chẳng chấp trước nơi sự yên tịnh, cũng chẳng phải chẳng động. Nếu nói là chấp trước tâm, thì tâm vốn là vọng. Biết tâm huyễn hóa nên không có gì để chấp trước. Nếu nói là chấp trước sự yên tịnh, thì tánh người vốn tịnh, chỉ do vọng niệm che lấp chân như. Không vọng niệm thì tánh tự thanh tịnh.

Khởi tâm chấp tịnh, chỉ sanh chỗ tịnh không thật. Hư vọng không xứ sở, chấp trước cũng là vọng. Tịnh không có hình tướng, lại lập ra tướng yên tịnh, bảo là công phu. Hiểu biết như thế, tự che lấp bản tánh của mình, bị sự yên tịnh trói buộc." (此門坐禪元不著心亦不著淨，亦不是不動。若言著心，心元是妄。知心如幻故無所著也。若言著淨，人性本淨。由妄念故，蓋覆真如。但無妄想，性自清淨。起心著淨，卻生淨妄。妄無處所，著者是妄。淨無形相，卻立淨相，言是工夫。作此見者，障自本性，卻被淨縛。- **Thử môn tọa thiền nguyên bất trước tâm diệc bất trước tịnh, diệc bất thị bất động. Nhược ngôn trước tâm, tâm nguyên thị vọng. Tri tâm như huyễn cố vô sở trước dã. Nhược ngôn trước tịnh, nhân tánh bản tịnh. Do vọng niệm cố, phú cái chân như. Đản vô vọng tưởng, tánh tự thanh tịnh. Khởi tâm trước tịnh, khước sanh tịnh vọng. Vọng vô xứ sở, trước giả thị vọng. Tịnh vô hình tướng, khước lập tịnh tướng, ngôn thị công phu. Tác thử kiến giả, chướng tự bản tánh, khước bị tịnh phược.**)

Chỉ một đoạn kinh này đã nói lên được hầu hết những sai lệch của người học thiền trong việc ngồi thiền. Tất cả các khái niệm như tịnh, bất tịnh, động, bất động, chân thật, vọng tưởng... đều phải đồng thời dứt sạch. Người ngồi thiền không hiểu ý nghĩa này thường loanh quanh chạy giữa hai cực của các khái niệm đối đãi mà không thực sự dứt bỏ được chúng. Chính do nơi đây mà chỗ cốt yếu của thiền không thể đạt đến. Chỗ dụng công vốn đã là không thật nên chỗ hướng đến cũng không thoát ra ngoài phạm trù đối đãi, như người mài gạch dù đến trọn đời cũng chẳng thể thành gương soi!

Vì thế, nói "ngồi thiền" thật ra chỉ là một hình thức thuận tiện cho người thực hành, bởi đó là tư thế khởi đầu tốt nhất. Còn xét về mặt thực chất, thiền vốn chẳng phụ thuộc ngồi, nằm, cũng chẳng có sự dụng công. Hãy nghe Lục Tổ định nghĩa việc ngồi thiền như sau: "Đối với hết thảy các việc lành dữ, tâm chẳng khởi lên suy nghĩ, gọi là ngồi. Trong tâm thấy tánh của mình chẳng động, gọi là thiền." (外於一切善惡境界，心念不起，名為坐。內見自性不動，名為禪。 - Ngoại ư nhất thiết thiện, ác cảnh giới, tâm niệm bất khởi, danh vi tọa. Nội kiến tự tánh bất động, danh vi thiền.)

Thiền sư Hoài Nhượng khi chỉ rõ chỗ sai lầm của Đạo Nhất trong việc bám chặt vào hình thức ngồi thiền đã nêu rõ: "Ngươi học ngồi thiền chăng, học ngồi Phật chăng? Nếu học ngồi thiền, thiền không có ngồi, nằm. Nếu học ngồi Phật, Phật không có tướng cố định. Nơi pháp không trụ không nên có lấy, bỏ. Nếu ngươi ngồi Phật tức là giết Phật. Nếu cố chấp ở hình thức ngồi, không thể đạt được lý ấy." (汝學坐禪 為學坐佛。若學坐禪禪非坐臥。若學坐佛佛非定相。於無住法不應取捨。汝若坐佛即是殺佛。若執坐相非 達其理。 - Nhữ học tọa thiền vi học tọa Phật. Nhược học tọa thiền, thiền phi tọa ngọa. Nhược học tọa Phật, Phật phi định tướng. Ư vô trụ pháp bất ưng thủ xả. Nhữ nhược tọa Phật tức thị sát Phật. Nhược chấp tọa tướng phi đạt kỳ lý.)

Qua những đoạn kinh văn trên, có thể thấy việc ngồi thiền của người học thiền vốn có những đặc điểm, yêu cầu riêng, không trói buộc vào hình thức cũng như không dừng lại ở những khái niệm như thanh tịnh, yên tĩnh, chẳng động...

Mặt khác, để hiểu rõ hơn về thiền định không thể không xét trong mối tương quan của Tam vô lậu học (三無漏學), hay thường gọi là Tam học, bao gồm Giới, Định và Tuệ. Nói rõ hơn tức là việc trì giới, tu thiền định và khơi mở tuệ giác Bát-nhã.

Giáo lý căn bản về Tam học được vận dụng ở tất cả các tông phái khác nhau của đạo Phật. Người học Phật nhất thiết phải trì giới, mặc dù giới luật có thể có phần nhỏ nào đó khác nhau ở các tông phái, và khác nhau ở các đối tượng tu học. Chẳng hạn, người cư sĩ tại gia thường giữ theo Ngũ giới, bao gồm: không sát sinh, không trộm cắp, không tà dâm, không nói dối và không uống rượu; trong khi các vị sa-di, sa-di ni, tỳ-kheo, tỳ-kheo ni đều có các điều giới luật khác nhau để tuân theo, bao gồm rất nhiều chi tiết liên quan đến mọi sinh hoạt và cung cách ứng xử trong đời sống. Người học Phật khi đã thọ giới mà không trì giới thì xem như không có được nền tảng căn bản để có thể đạt đến sự giải thoát.

Tiếp đến là việc tu tập thiền định như đã nói trên. Các tông phái khác nhau thực ra đều vận dụng phép tu thiền định theo cách riêng để phù hợp với tông chỉ của mình. Chẳng hạn, Tịnh độ tông xem việc ngồi thiền như phương tiện hiệu quả để tập trung vào việc niệm Phật, đạt đến chỗ "nhất tâm bất loạn" như trong kinh A-di-đà chỉ dạy.

Việc phát huy tuệ giác Bát-nhã là một khái niệm khá phức tạp đối với những ai chưa từng tiếp xúc với giáo lý nhà Phật. Trong khi những khái niệm như thông minh, uyên bác... được người đời xem là trí tuệ với nghĩa thông thường của nó, thì thuật ngữ Phật giáo dùng danh từ trí tuệ (智慧) để dịch danh từ Phạn ngữ là Prajnā, vì thế cũng dịch theo âm là Bát-nhã (般若). Như vậy, trí tuệ trong thuật ngữ Phật giáo đã phát triển một nghĩa mới tương đương với Bát-nhã hay Prajnā, vốn khác biệt khá nhiều với ý nghĩa ban đầu của nó.

Trong ý nghĩa mới này, những tri thức kiến giải thông thường không được gọi là trí tuệ. Phật giáo xem đó chỉ là thuộc về "thế trí biện thông" và rất ít hoặc hầu như không có quan hệ đến sự giải thoát rốt ráo. Một giáo sư lỗi lạc, một nhà khoa học xuất sắc, có thể được xem là thông minh xuất chúng, nhưng dưới góc nhìn của nhà Phật thì những chỗ hiểu biết của họ không được gọi là trí tuệ Bát-nhã, vì nó không giúp họ đạt đến sự giải thoát tâm linh.

Vì thế, trí tuệ Bát-nhã không thể do nơi sự tích lũy tri thức kiến giải mà có được, ngay cả khi đó là những tri thức kiến giải về kinh luận Phật giáo. Trí tuệ Bát-nhã phải được sinh ra từ quá trình tu tập đúng chánh pháp, loại trừ được vô minh là yếu tố che lấp từ nhiều đời. Xét theo ý nghĩa này, trí tuệ Bát-nhã không từ bên ngoài đến, mà vốn sẵn có nơi mỗi người, chỉ do vô minh che lấp mà không thể hiển lộ, chiếu soi. Các tông phái khác nhau có thể có những phương thức tu tập riêng để phát huy trí tuệ Bát-nhã, nhưng điểm chung là tất cả đều xem đây là phương tiện thiết yếu để diệt trừ những kiến giải mê lầm và đạt đến giải thoát. Vì thế, trí tuệ Bát-nhã thường được tượng trưng bằng thanh kiếm báu có công năng chặt đứt mọi sự trói buộc, hoặc được ví như kim cương có độ cứng rắn nhất nên phá vỡ được tất cả tập khí mê lầm từ nhiều đời.

Mối tương quan giữa Tam học được xem là gắn bó chặt chẽ và hỗ tương cho nhau. Trong đó, không có yếu tố nào có thể nói là có trước hoặc có sau. Cả ba đều đồng thời hiện hữu, và do đó phải đồng thời tu tập. Cho dù trong thiền môn vẫn thường lưu hành câu nói: "Nhân giới sinh định, nhân định phát tuệ." Nhưng đây là chỉ cho một tiến trình thông thường mà chúng ta có thể nhìn thấy hoặc suy luận để biết được. Còn về mặt thực chất thì cả ba yếu tố này đều vắng mặt đối với người mê muội, và đồng thời xuất hiện ở người biết quay về tu tập chánh pháp. Nói cách khác, ngay khi có giới liền tức thì có định, ngay khi có định liền tức thì có tuệ.

Nhưng trong thực tế, mỗi tông phái trong Phật giáo quả thật có sự nhìn nhận hơi khác nhau về mối tương quan cũng như mức độ tu tập nhấn mạnh vào các yếu tố trong Tam học. Có người nhấn mạnh vào việc trì giới, những người khác nhấn mạnh hơn vào thiền định, trong khi cũng có một số khác đặt nặng về trí tuệ. Tuy nhiên, những khác biệt nhỏ này tất yếu sẽ mất đi khi sự tu tập đạt đến một trình độ nhất định, giống như những đường thẳng đồng quy sẽ ngày càng đến gần nhau hơn.

Thiền học cũng không đi ngoài giáo lý căn bản này. Các thiền sư chân chính đều là những vị trì giới nghiêm mật, tu thiền định tinh tấn và có trí tuệ chói sáng. Khi thiền nhấn mạnh vào sự phá chấp, không vướng mắc nơi hình tướng, một số người đứng ngoài sẽ lầm tưởng rằng các thiền sư không quan tâm đến việc giữ giới. Trong thực tế, mỗi hành động của các ngài đều có những cơ duyên lưu xuất nhất định, nhưng nói chung vẫn không bao giờ coi thường giới luật.

Thiền sư Triệu Châu sống đến 120 tuổi vẫn nghiêm trì giới luật, sống rất kham khổ, theo đúng lời Phật dạy "tam thường bất túc".[1] Trong phòng ngài trước sau trống rỗng không có vật dụng gì, chỉ một chiếc giường cũ đã gãy một góc, vẫn lấy dây buộc lại dùng mà không cho thay giường mới. Quả là tấm gương sáng cho người học thiền.

Thiền sư Bách Trượng có soạn ra bộ Bách Trượng Thanh Quy được dùng ở khắp các thiền viện, quy định chặt chẽ nề nếp sinh hoạt của thiền môn. Bản thân ngài sống rất nghiêm mật, không lúc nào buông thả. Cho đến tuổi già vẫn chấp tác như chúng tăng. Ngài là người đã nêu ra quy tắc nổi tiếng thế

---

[1] Tam thường bất túc: Ba nhu cầu thường ngày là ăn, mặc và ngủ nghỉ không bao giờ buông thả đến chỗ đầy đủ, thỏa mãn.

hiện rõ tinh thần tích cực trong nhà thiền: "Ngày nào không làm, ngày đó không ăn." (一日不作，一日不食. - Nhất nhật bất tác, nhất nhật bất thực.)

Trong câu chuyện "Bách Trượng dã hồ" được ghi lại trong bài thứ 2 của tập Vô Môn Quan, thiền sư Bách Trượng xác quyết rằng người tu thiền vẫn không thể xem thường mối quan hệ nhân quả, và điều này cũng đồng nghĩa với việc không thể coi thường giới luật. Khi được hỏi là người tu hành có rơi vào nhân quả hay không, ngài đáp: "Không che mờ nhân quả." (不昧因果。- Bất muội nhân quả.)

Vì thế, người tu thiền nhất thiết phải chú trọng đến mối tương quan đồng thời của Tam học. Ngày nay có những người mới đến với thiền mang theo bầu nhiệt huyết sôi sục, nhất thời chỉ muốn làm Phật làm Tổ, bèn ngày đêm đào bới trong các ngữ lục của tiền nhân để tìm những câu hay ý lạ rồi nghiền ngẫm, không biết rằng tất cả những việc làm ấy hoàn toàn chẳng có ích gì cho tự thân. Sự khởi đầu tốt nhất vẫn là phải biết sự vận dụng đồng thời cả ba môn học: giới, định và tuệ. Chỉ cần đi đúng hướng, cho dù chưa nói đến sự chứng ngộ nhưng chắc chắn sẽ đạt được cuộc sống an lạc, hạnh phúc ngay trước mắt.

Như trên đã nói, việc ngồi thiền trong Thiền tông ở giai đoạn sau này phát triển kết hợp với tham công án. Vậy công án là gì?

Những ngày đầu của Thiền tông cho đến thời Lục Tổ Huệ Năng (638-713), trải qua hơn ngàn năm không thấy có sự xuất hiện của công án. Việc tu tập và truyền thừa chủ yếu theo tông chỉ "trực chỉ nhân tâm". Những trường hợp chứng ngộ trước đó được ghi lại không thấy nhắc đến các công án. Các vị tổ sư khi truyền dạy tâm pháp cũng không thấy nêu ra hình thức công án như sau này.

Công án sớm nhất được ghi nhận có thể là trường hợp chứng ngộ của Thượng tọa Huệ Minh, khi Lục Tổ bất thần đưa ra câu hỏi: "Không nghĩ thiện, không nghĩ ác, ngay lúc ấy cái gì là mặt mũi xưa nay của Thượng tọa Minh?" (不思善不思惡。正與麼時那箇是明上座本來面目 。- Bất tư thiện bất tư ác, chánh dữ ma thời ná cá thị Minh Thượng tọa bản lai diện mục?)

Huệ Minh ngay nơi câu này được chứng ngộ. Tập Vô Môn Quan ghi lại chuyện này trong bài thứ 23 như một công án. Tuy nhiên, toàn bộ câu chuyện có thể xem là một công án cho người học thiền ngày nay, còn riêng câu hỏi nêu trên xét trong ý nghĩa được đưa ra với Thượng tọa Huệ Minh lại phải xem là một sự gợi mở đúng lúc, không giống như chức năng của một công án theo ý nghĩa hiện nay.

Nhưng có thể đây là một trong những gợi ý sớm nhất để các thiền sư về sau hình thành hệ thống công án trong Thiền tông. Và sự thành công của sáng kiến này đã mở rộng đến mức hầu hết các trường hợp chứng ngộ về sau này đều xuất phát từ việc tham công án. Và cũng vì thế, việc đưa ra các công án trở thành phương tiện dẫn dắt chủ yếu của các thiền sư Trung Hoa kể từ thời Lục Tổ về sau.

Khi đưa ra nhận xét trên, chúng ta cũng đồng thời thấy rằng việc học thiền không nhất thiết phải sử dụng đến các công án. Ngay trong thời Lục Tổ, hầu hết các trường hợp chứng ngộ đều do sự khai thị trực tiếp vào thời điểm thích hợp. Và điều đó hoàn toàn khác với phương thức tham công án được áp dụng sau này. Thậm chí, kinh Pháp Bảo Đàn ghi nhận trường hợp của thiền sư Huyền Giác là chứng ngộ nhờ đọc kinh Duy-ma-cật, và chỉ tìm đến Lục Tổ để nhờ ấn khả, nghĩa là xác định sự chứng ngộ ấy.

Nói tóm lại, công án là một phương thức được các thiền sư sau này nghĩ ra và vận dụng trong việc truyền dạy thiền. Quá trình hình thành phương thức này có những đặc điểm về mặt lịch sử mà chúng ta có thể thấy được nhờ vào những ghi chép của người xưa.

Như đã nói, từ thời Lục Tổ trở về trước chưa thấy có sự xuất hiện của công án thiền. Số người theo học thiền vào lúc ấy có thể nói là còn rất hiếm hoi. Khi tổ Đạt-ma vừa sang Trung Hoa (520), chưa có ai biết đến Thiền tông. Ngài đến núi Thiếu Thất ngồi quay mặt vào vách đá đến 9 năm. Người đương thời đều cho là lạ, không nhận ra ngài là một tăng sĩ Phật giáo - vì sự khác biệt so với các vị tăng theo Giáo tông - mà gọi là ông "Bà-la-môn ngó vách" (壁觀婆羅門 - Bích quán bà-la-môn). Sau mới có Thần Quang đến thọ học, được tâm pháp và được ngài đổi tên là Huệ Khả, trở thành vị tổ thứ hai của Thiền tông Trung Hoa. Sự truyền thừa từ Nhị tổ đến Lục Tổ tuy ngày càng phát triển, nhưng vẫn chưa thực sự thịnh phát như vào đời Lục Tổ, khi mà các đệ tử đắc pháp của ngài chia nhau đi khắp nơi, mỗi người trở thành tổ sư của một vùng. Từ đó mà số người theo học thiền ngày càng tăng vọt.

Khi các thiền viện phát triển mạnh, với số thiền tăng theo học rất đông, và thậm chí còn có rất nhiều cư sĩ cũng đến tham vấn học thiền.[1] Sự phát triển này đòi hỏi các thiền sư không thể dẫn dắt theo cách như xưa, mà cần có những phương pháp cụ thể để giúp người theo học có thể đạt được kết quả. Như vậy, công án nảy sinh trước hết là do nơi nguyện vọng độ sinh của các thiền sư, muốn có được một phương thức khả dĩ hiệu quả để dắt dẫn người học thiền. Phương thức này có thể đã được các ngài nhận ra từ chính kinh nghiệm truyền dạy thiền cho các đệ tử.

Chúng ta đã biết rằng một bậc thầy chứng ngộ không có cách nào để mô tả hay truyền đạt lại kinh nghiệm chứng ngộ của mình cho các đệ tử. Mặt khác, những người mới theo học thiền đều mong muốn có một cái gì đó để nương dựa mà bước đi trên đường tu tập, trong khi các thiền sư lại thực sự không có gì có thể đưa ra làm chỗ nương dựa cho người học, ngoài kinh nghiệm chứng ngộ "không thể truyền đạt" của bản thân. Trong điều kiện này, một người học thiền

---

[1] Trong hàng cư sĩ có ông Bàng Long Uẩn, cả nhà đều chứng ngộ, được ghi lại trong thư tịch ngang hàng với các thiền sư đương thời.

chỉ có cách duy nhất là thực hành nếp sống thiền môn cho đến một thời điểm nhất định nào đó, khi tâm thức đã chín muồi với sự tăng trưởng của tuệ giác thiền và sẽ nhận được sự khơi mở từ vị thầy. Như trường hợp của Thượng tọa Huệ Minh đã dẫn trên.

Nhưng đó là một tiến trình khá chậm chạp. Và người dạy cũng như người học đều muốn thúc đẩy tiến trình này xảy ra nhanh hơn, nếu như điều đó là có thể. Từ đó, việc phát minh và sử dụng công án thiền ra đời. Chúng ta có thể làm rõ hơn nhận xét này bằng cách quay trở lại với trường hợp chứng ngộ của thiền sư Hương Nghiêm và thiền sư Đức Sơn, đã dẫn ở các trang 161 đến 165.

Thiền sư Đức Sơn chứng ngộ nhân sự kiện thầy của ông là Long Đàm thổi tắt ngọn nến. Thiền sư Hương Nghiêm chứng ngộ nhân âm thanh của hòn sỏi chạm vào thân cây trúc vang lên. Trong cả 2 trường hợp, tâm thức của hai vị đều trải qua một giai đoạn nung nấu và đã chín muồi vào thời điểm trên để bùng phát thành sự kiện chứng ngộ. Nếu ta so sánh với trường hợp chứng ngộ của Thượng tọa Huệ Minh nhờ vào câu hỏi của Lục Tổ, ta sẽ thấy ra sự khác biệt ở hai trường hợp này.

Thượng tọa Huệ Minh trong quá trình theo học với Ngũ Tổ, tuy chưa chứng ngộ nhưng đã có những bước tiến triển nhất định trong tâm thức. Câu hỏi của Lục Tổ là lực tác động khơi mở đúng lúc để tâm thức của vị này bừng sáng. Tiến trình nung nấu trong tâm thức của Huệ Minh đã diễn ra hoàn toàn tự nhiên, cũng như nhiều trường hợp chứng ngộ đồng thời với ông và trước đó.

Với hai trường hợp của thiền sư Đức Sơn và thiền sư Hương Nghiêm thì sự việc không còn giống như vậy nữa. Sự nung nấu trong tâm thức của cả hai người đều đã được gieo mầm từ những câu hỏi, những vấn đề được nêu lên trước đó mà họ không thể giải đáp. Thiền sư Hương Nghiêm ôm trong lòng câu hỏi của thiền sư Quy Sơn trước lúc rời khỏi vị này. Thiền sư Đức Sơn cũng ôm trong lòng một câu hỏi khác, khi nhiều năm nghiên tầm học hỏi kinh Kim Cang mà không sao đáp nổi câu hỏi của một bà già!

Đây có thể xem là một ví dụ về tác dụng của công án trong nhà thiền. Khi một công án được nêu lên, người học thiền bị đẩy vào một thế bế tắc vì khả năng lý luận, biện giải hiện có trở nên hoàn toàn vô dụng. Để có được công năng này, yêu cầu trước hết của một công án là phải bẻ gãy được mọi khả năng giải quyết vấn đề bằng tri thức lý luận.

Chúng ta đã biết là thiền nhắm đến một phương thức tiếp cận với thực tại vượt trên giới hạn của ngôn ngữ và khái niệm, lý luận. Sự thay đổi này tất yếu phải đạt đến bằng trực giác mà không thể thông qua tri thức lý luận. Việc sử dụng công án không thể giúp khơi mở trực giác, nhưng nó dọn đường cho hiện tượng này xảy ra bằng cách bẻ dẹp tất cả mọi khả năng lý luận biện giải, chỉ rõ ra rằng tất cả những điều ấy là vô ích trong việc đạt đến sự chứng ngộ, hay nói khác hơn là trực nhận được ý nghĩa rốt cùng của đời sống.

Trong trường hợp của thiền sư Hương Nghiêm, nếu thiền sư Quy Sơn cùng ngài tranh luận về ý nghĩa của kinh luận, có thể đó sẽ là một cuộc tranh luận bất phân thắng bại và không dẫn đến bất cứ kết quả hữu ích nào. Nhưng câu hỏi đặt ra là một công án, vì nó không thể giải quyết bằng vào tất cả những tri thức kiến giải đã có của Hương Nghiêm. Và ngay đó, gốc rễ của tri thức vốn đã bám chặt lâu ngày liền lập tức bị lung lay. Và điều này mở đường cho khả năng phát triển trực giác để tiếp nhận thiền.

Như vậy, công án chính là một phương tiện được sử dụng để giúp người học thiền gạt bỏ thói quen tiếp cận thực tại qua suy diễn, lý luận trong phạm vi các khái niệm đã có. Và điều này tự nó không dẫn đến sự chứng ngộ, nhưng tạo điều kiện dễ dàng hơn cho tâm thức trong việc đạt đến sự trực nhận thực tại vào một thời điểm thích hợp.

Nhưng việc sử dụng công án cũng là một con dao hai lưỡi. Trong khi những trường hợp được sử dụng thích đáng có thể mang lại hiệu quả rất khả quan, thì cũng có những trường hợp khác - và trong giai đoạn suy yếu của Thiền tông thì ngày càng nhiều hơn - chính những công án lại trở thành một thứ khái niệm mới trong hàng đống khái niệm vốn đã chồng chất quá nhiều trong tâm trí chúng ta. Nhiều người đã quay sang tìm cách giải thích các công án bằng các lý luận siêu hình, phức tạp, hoặc bằng bất cứ cách luận giải nào mà họ cảm thấy là "hợp lý". Khi điều này xảy ra, công án không còn là công án nữa, vì nó như một liều thuốc được dùng với bệnh nhân "kháng thuốc", không còn phát huy được tác dụng của mình.

Vì thế, người học thiền trước khi đến với giai đoạn tham công án cần phải thật tỉnh táo hiểu rõ ý nghĩa và mục đích của việc làm này, đồng thời phải thận trọng xem xét và xác định xem phương thức này có thích hợp với mình hay không. Trong hầu hết các trường hợp, một quyết định đúng đắn nhất thiết phải mang lại hiệu quả thiết thực ngay trong cuộc sống hằng ngày. Nếu không như thế, tất yếu đã có chỗ không thông suốt trong quá trình thực hành. Không nên gán ghép suy diễn hoặc tin theo bất cứ chỉ dẫn kỳ bí nào trong việc thực hành thiền. Cần nhớ rằng thiền là một phương thức giúp chúng ta hoàn thiện cuộc sống cả về tinh thần lẫn thể chất. Nếu không được như thế, đó không phải là thiền. Nếu việc thực hành thiền làm cho cuộc sống của bạn rối rắm hoặc mơ hồ hơn trước đây, nên cẩn thận xem xét lại ngay.

Người ta ước tính có đến hàng ngàn công án được ghi chép lại trong thiền tông. Nhưng nếu được sử dụng thành công, có thể chỉ một trong số đó đã là quá đủ. Một khi tất cả khả năng biện giải lý luận của bạn bị đặt trước sự thách thức không thể vượt qua, thì dù là một hay nhiều cũng không có gì khác biệt. Vấn đề ở đây không phải là bạn tìm thấy được điều gì trong nội dung một công án, vì thế có thể nói là đến với một ngàn công án cũng chẳng thể tìm thấy gì nhiều hơn trong một công án.

Mặt khác, vì là phương tiện, nên công án thiền cũng vẫn là một "ngón tay" chỉ về hướng mặt trăng. Và do đó nguy cơ bám chặt vào "ngón tay" vẫn có thể xảy ra, nhất là khi thiếu sự dẫn dắt của một bậc thầy chân chính. Việc bám lấy các công án và xem đó như là phần "cốt lõi" của thiền vốn đã từng xảy ra, và chúng ta có thể thấy được hậu quả là người học thiền không thể đạt đến điều gì khác ngoài một mớ kiến thức vô bổ.

Thiền sư Đại Huệ Tông Cảo là người đầu tiên có phản ứng mạnh mẽ với khuynh hướng sai lầm này. Ngài đã nhận ra được nó ở nhiều người học thiền, và tự tay đốt bỏ hết những bản in của tập công án Bích Nham Lục do chính thầy mình là Phật Quả Viên Ngộ truyền lại. Phải hơn 200 năm sau, nhờ có cư sĩ Trương Minh Viễn đi tìm góp những bản còn sót lại, so sánh bổ túc cho nhau rồi in lại nên ngày nay chúng ta mới còn thấy tập công án này.

Ngoài Bích Nham Lục ra, còn có một tập công án nổi tiếng khác nữa là Vô Môn Quan của thiền sư Vô Môn biên soạn và bình tụng. Trong thực tế, những công án trong tập Vô Môn Quan được sử dụng nhiều hơn Bích Nham Lục. Nguyên do các bậc thầy tránh không sử dụng các công án trong Bích Nham Lục có thể một phần là do nghệ thuật văn chương trác tuyệt của nó, khiến cho người sử dụng rất dễ bị đắm vào chương cú ngữ nghĩa mà quên đi mục đích cuối cùng.

Kết hợp ngồi thiền và tham công án là hình thức nỗ lực tập trung trong thực hành thiền. Hình thức này rõ ràng chỉ thích hợp với các vị tăng sĩ không còn bận tâm bởi bất cứ điều gì khác trong cuộc sống. Nhưng điều đó hoàn toàn không có nghĩa là những người cư sĩ không thể thực hành thiền bằng những phương thức thích hợp hơn.

Thay lời kết

Chúng ta đã thảo luận khá nhiều về một chủ đề mà suốt quá trình tìm hiểu có vẻ như chẳng mang lại lợi ích thiết thực nào. Vì sao vậy? Cho đến cuối tập sách này, ta vẫn chưa thấy ra được điều gì cụ thể khả dĩ có thể nắm bắt được về thiền, ngoài một số những kiến thức dường như càng làm nặng thêm cho trí óc. Nhưng cho dù chính bản thân người viết vẫn nghĩ như thế, thì trong thực tế điều này có lẽ không phải là đúng với tất cả mọi người. Một số độc giả có thể qua tập sách này sẽ đến gần hơn với chủ đề, hoặc có một cách nhìn khác đi, chính xác hơn so với trước đây. Và chỉ cần được như thế, có thể nói là người viết đã lấy làm sung sướng và mãn nguyện.

Trong Thiền uyển tập anh, phần chép về Quốc sư Thông Biện (國師通辨) đời nhà Lý nước ta có ghi lại câu hỏi của Phù Thánh Linh Nhân Hoàng thái hậu như sau: "Ý nghĩa của Phật và Tổ ai hơn ai kém? Phật trụ phương nào, Tổ ở thành nào? Vào thời kỳ nào đến nước này? Việc truyền đạo này ai trước ai sau? Người niệm Phật đạt ý Tổ chưa biết là những ai?" (佛之祖義有何優劣? 佛住何方, 祖居何城? 何時而來至此國土? 傳授此道孰先孰後, 而念佛名達祖心者至相遁未知何者? - Phật chi Tổ nghĩa hữu hà ưu liệt? Phật trụ hà phương, Tổ cư hà thành? Hà thời nhi lai chí thử quốc độ? Truyền thụ thử đạo thục tiên thục hậu, nhi niệm Phật danh đạt Tổ tâm giả chí tương tuần vị tri hà giả?)[1]

Xét từ góc độ học Phật để đạt đến sự giải thoát trong cuộc sống, những câu hỏi nêu trên quả thật chỉ là "nhiễu sự" mà không mang lại chút lợi lạc gì. Tuy nhiên, trong thực tế thì chúng ta đang sống trong một thế giới thực, được hình thành bằng những khái niệm và lý luận, cũng như trong đầu óc ta đang đầy ắp những tri thức kiến giải. Việc vô cớ dẹp bỏ đi tất cả quả là không thể được. Cũng vậy, người trong thế giới trần tục này lần đầu tiên tìm đến với đạo Phật không thể không khởi lên những câu hỏi đại loại như trên. Và người dắt dẫn nếu ngay đó phủ nhận tất cả liền không thể nào đưa người học vào chỗ hiểu đạo. Và quả thật, đáp lại những câu hỏi "nhiễu sự" trên, Quốc sư Thông Biện đã xuất sắc không kém một nhà sử học chuyên nghiệp khi đưa ra câu trả lời cụ thể về tất cả những điều mà thái hậu muốn biết. Chính những gì ngài nói ra vào lúc đó đã trở thành những tư liệu quý giá cho những người truy tìm dấu vết của đạo Phật khi truyền đến nước ta. Sau đó, thái hậu đã rất vui mừng, thỉnh ngài vào đại nội để tham vấn học hỏi. Cũng chính bà thái hậu "nhiễu sự" này sau đó đã thấu đạt ý chỉ thiền tông, tự làm bài kệ chứng ngộ như sau:

> *Sắc là không, không tức sắc.*
> *Không là sắc, sắc tức không.*

---

[1] Sách ghi rõ là câu hỏi được đưa ra nhân ngày rằm tháng 2 (âm lịch) năm 1096.

155

Sắc không không vướng bận,
Liền hợp với nguồn tông.

色是空, 空即色.
空是色, 色即空.
色空俱不管,
方得契真宗.

Sắc thị không, không tức sắc.
Không thị sắc, sắc tức không.
Sắc không câu bất quản,
Phương đắc khế chân tông.

Câu chuyện xưa này đến nay vẫn không thay đổi ý nghĩa. Trong cuộc sống thực tế, chúng ta không thể đặt niềm tin vào những gì không có căn cứ, không có cơ sở lý luận. Khi tìm đến với thiền, chúng ta cũng không ra khỏi thông lệ này. Vì thế, Thiền tông từ xưa đã tự chứng tỏ tính cách vượt trên lý luận mà không phải là né tránh lý luận. Các thiền sư biết rõ những tri thức kiến giải không mang lại sự giải thoát cho tâm thức, nhưng các ngài luôn chứng tỏ được khả năng vượt lên trên và buông bỏ, chứ không bao giờ ở một tư thế thấp hơn không với đến để rồi tránh né. Chính nhờ vào tính cách này mà Thiền tông đã từng một thời phát triển hưng thịnh khắp đất nước Trung Hoa, và riêng ở nước ta trong suốt hai triều Lý, Trần cũng giữ vai trò quan trọng chi phối rất lớn trong toàn xã hội.

Vì có nhiều người tìm đến với thiền qua việc nêu

lên những câu hỏi "nhiễu sự", nên cũng không thể từ chối việc giải đáp. Và hơn nữa, như đã nói, điều này là hoàn toàn tự nhiên không có gì đáng chê trách. Chỉ có điều nên nhắc nhở ở đây là, việc giải đáp các câu hỏi loại này tự nó chưa phải là những giá trị hữu ích thực sự của việc tham học, mà chỉ là một bước khởi đầu không hơn không kém!

Những giá trị thực sự của thiền chỉ có thể đạt được khi bạn vượt qua ngưỡng cửa của sự chần chừ và thực sự bắt tay thực hành một nếp sống thiền. Và khi bước vào giai đoạn này, bạn cần những chỉ dẫn thiết thực hơn, cụ thể hơn mà không phải là những kiến thức lý luận trong vòng tranh cãi. Bạn có thể sẽ thắc mắc khi không tìm thấy những chỉ dẫn như thế trong tập sách này, nhưng điều đó đơn giản chỉ là vì chúng được đề cập đến trong một tập sách khác.[1]

Thiền là sản phẩm của đời sống, xuất phát từ sự cảm nhận bằng vào kinh nghiệm sống thực sự mà không phải là sản phẩm của bộ óc như tri thức, khái niệm. Vì thế, người xưa dù có để lại cho chúng ta những vốn quý vô giá, nhưng cũng chẳng có giá trị gì nếu tự ta không sử dụng được vốn quý ấy như phương tiện dắt dẫn để tự mình đến với cuộc sống. Khi đời sống này chưa được cảm nhận với tất cả những giá trị sâu xa của nó, khi bạn chưa biết quý trọng từng phút giây được hiện hữu trong cuộc sống này, khi đó chưa có sự hiện hữu của thiền. Ngay cả cho dù bạn

---

[1] Xem Sống Thiền, Nguyên Minh, NXB Văn nghệ TP.HCM, 2006. NXB Liên Phật Hội tái bản 2016.

có đọc hàng trăm tập sách viết về thiền, rốt cùng bạn cũng không thể biết được chính xác thiền là gì. Bởi vì điều đó chỉ có thể đạt đến bằng vào chính sự trải nghiệm trong cuộc sống của bạn.

Những hiểu biết về thiền chỉ có một tác dụng rất hạn chế trong việc giúp bạn có được một bước khởi đầu thận trọng và chắc chắn. Những gì tiếp theo sau đó sẽ phụ thuộc nhiều hơn vào những kinh nghiệm sống trước đây của bạn, cũng như quyết tâm và ý chí kiên trì trong sự thực hành. Vì thế, những gì đạt được qua việc thực hành thiền trong thực tế thường không hoàn toàn giống nhau ở mọi người.

Nói là không hoàn toàn giống nhau, trong ý nghĩa là bạn không thể chờ đợi việc có thể đưa ra những từng bậc, thứ lớp sẽ trải qua như nhau ở hết thảy mọi người, nhưng điều đó không có nghĩa là không có những chuẩn mực chung. Thước đo đơn giản nhưng chính xác nhất khi thực hành thiền chính là mức độ an lạc mà tự thân chúng ta có thể cảm thấy được qua quá trình thực hành thiền. Nếu khi bạn thực hành thiền và cảm thấy cuộc sống có vẻ như rối tung lên, hoặc sống trong một tâm trạng bất an đầy xáo trộn, hoặc hoang mang, mất định hướng... những điều đó cho thấy là bạn đã gặp phải vấn đề, thậm chí là vấn đề nghiêm trọng trong phương thức thực hành thiền.

Một người quen kể lại với tôi về tâm trạng hoang mang mà anh ta phải chịu đựng trong gần 2 năm chỉ vì "thực hành thiền". Anh chàng tội nghiệp này cho dù đã kiên nhẫn chịu đựng đến thế, vẫn không hiểu nổi vì sao người ta bảo anh phải "buông bỏ tất cả để tâm trống rỗng". Và hậu quả của nỗ lực đạt đến cái "tâm trống rỗng" ấy trong những giờ ngồi thiền là suốt gần 2 năm anh đã sống như một người... ngoài hành tinh!

Đây có lẽ chỉ là một trong rất nhiều trường hợp mà không thể kể hết ra đây. Nhiều người không tin nổi vào tính cách thiết thực và gần gũi của thiền trong cuộc sống. Khi không hiểu đúng những câu chuyện về các thiền sư, họ tưởng tượng rằng thiền phải là một cái gì đó rất cao siêu, cách xa vời vợi so với thế giới này... Một số khác lại say mê tính cách siêu nhiên kỳ bí của thiền, mà thật ra chỉ là hậu quả của những suy diễn sai lệch. Nhưng chính vì thế mà họ nghĩ rằng đến với thiền sẽ tìm được một cái gì đó làm cho cuộc sống của họ trở nên siêu phàm, khác tục... Kết quả đạt được không phải là những kinh nghiệm tâm linh thực sự, mà chỉ là hệ quả của những suy nghĩ hoang tưởng dựa vào trí tưởng tượng. Tất cả những sai lệch này đều xuất phát từ chỗ không hiểu được ý nghĩa cơ bản của thiền.

Thực ra, khi nói rằng thiền rất gần gũi với cuộc sống cũng không hề mâu thuẫn với tính chất siêu việt mà bạn đã từng nghe biết về thiền. Bởi cuộc sống này tuy là vô cùng gần gũi, nhưng có bao giờ bạn nghĩ là mình đã khám phá được hết mọi ý nghĩa sâu xa của nó hay chăng? Từng nụ hoa, ngọn cỏ quanh ta tuy rất đơn sơ nhưng cũng vô cùng huyền diệu khi được nhìn dưới nhãn quan của thiền. Cho đến những con người quanh ta, dù vẫn thường xuyên tiếp xúc mỗi ngày, mỗi giờ, nhưng cũng sẽ trở nên hoàn toàn mới lạ khi chúng ta tiếp xúc với họ trong tinh thần của thiền. Nếu bạn hiểu đúng và làm đúng, mỗi ngày bạn sẽ càng nhận biết ra rằng thế giới quanh ta còn có rất nhiều điều mà trước đây bạn chưa hề biết đến. Và những điều ấy thật ra không phải là những bí ẩn bị che giấu, mà chỉ là những sự thật rất hiển nhiên nhưng không thể được nhận thấy bởi một tâm hồn mê ngủ. Sự thức tỉnh nhờ vào công phu thực hành thiền sẽ giúp bạn sáng suốt hơn, cảm thấy tự tin hơn và vững chãi hơn trước mọi biến cố của đời sống.

Có người đã hỏi tôi rằng về mặt nhân quả thì việc thực hành thiền có thể được xếp vào các điều thiện hay chăng? Và anh ta tự lý luận rằng việc thực hành thiền hoàn toàn nhắm đến mục đích mang lại lợi ích cho tự thân, hẳn sẽ không thể xem là một việc thiện theo ý nghĩa thông thường. Một số độc giả có thể sẽ cho rằng câu hỏi có phần hơi ngớ ngẩn, nhưng cũng có không ít người ngớ ngẩn theo cách này. Và thật ra thì một lập luận như trên là rất nông cạn, bởi vì việc thực hành thiền vốn là cha đẻ của nhiều điều thiện. Chỉ cần cả thế giới này bỏ ra mỗi ngày khoảng một giờ nghiêm túc thực hành thiền, chúng ta sẽ không cần thiết phải tìm kiếm thiên đàng ở đâu xa cả, bởi vì những cuộc chiến tranh đẫm máu cũng như những thủ đoạn "cá lớn nuốt cá bé" sẽ không còn nữa trên khắp hành tinh này.

Và bạn cũng không cần phải chờ đợi giấc mơ vĩ đại ấy trở thành hiện thực mới thấy được công năng của thiền. Chỉ cần thực sự thực hành thiền, mỗi người đều có thể tự cảm nhận những kết quả thiết thực mà thiền mang đến trong cuộc sống. Điều kỳ diệu nhất ở đây là, cho dù chỉ có riêng bạn thực hành thiền, bạn cũng sẽ thấy rằng cả thế giới này đều thay đổi tốt hơn. Những con người mà bạn tiếp xúc đều trở nên dễ chịu và tốt bụng hơn, những cảnh vật quen thuộc mà bạn nhìn ngắm mỗi ngày cũng trở nên xinh đẹp và thân thiết hơn, và mỗi việc làm của bạn đều trở nên sâu sắc, hàm chứa nhiều ý nghĩa hơn. Tất cả những điều này xảy ra không phải do sự "tự kỷ ám thị" như nhiều người lầm tưởng, mà là do một quá trình chuyển hóa thực sự của cả thế giới được bắt đầu từ nội tâm của bạn.

Có thể bạn chưa tin được vào nhận xét có vẻ quá to tát này, nhưng đó là một điều rất thật mà những ai đã trải qua đều có thể xác quyết với bạn. Nhưng cho dù là vậy, tôi vẫn khuyên bạn đừng tin vào những gì vừa nói, trừ phi chính bản thân bạn thực sự cảm nhận được điều đó.

MỤC LỤC

Lời thưa

Trong kinh Pháp Cú, đức Phật dạy rằng: "Pháp thí thắng mọi thí." Thực hành Pháp thí là chia sẻ, truyền rộng lời Phật dạy đến với mọi người. Mỗi người Phật tử đều có thể tùy theo khả năng để thực hành Pháp thí bằng những cách thức như sau:

1. Cố gắng học hiểu và thực hành những lời Phật dạy. Tự mình học hiểu càng sâu rộng thì việc chia sẻ, bố thí Pháp càng có hiệu quả lớn lao hơn. Nên nhớ rằng **việc đọc sách còn quan trọng hơn cả việc mua sách.**

2. Phải trân quý kinh điển, sách vở in ấn lời Phật dạy. Khi có điều kiện thì mua, thỉnh về nhà để tự mình và người trong gia đình đều có điều kiện học hỏi làm theo. Không nên giữ làm của riêng mà phải sẵn lòng chia sẻ, truyền rộng, khuyến khích nhiều người khác cùng đọc và học theo. Không nên để kinh sách nằm yên đóng bụi trên kệ sách, vì **kinh sách không có người đọc thì không thể mang lại lợi ích.**

3. Tùy theo khả năng mà đóng góp tài vật, công sức để hỗ trợ cho những người làm công việc biên soạn, dịch thuật, in ấn, lưu hành kinh sách, **để ngày càng có thêm nhiều kinh sách quý được in ấn, lưu hành.**

Thông thường, việc chi tiêu một số tiền nhỏ không thể mang lại lợi ích lớn, nhưng nếu sử dụng vào việc giúp lưu hành kinh sách thì lợi ích sẽ lớn lao không thể suy lường. Đó là vì đã giúp cho nhiều người có thể hiểu và làm theo lời Phật dạy. Mong sao quý Phật tử khắp nơi đều lưu tâm đóng góp sức mình vào những việc như trên.

TINH YẾU THỰC HÀNH PHÁP THÍ

- Mua thỉnh kinh sách về đọc, tự mình sẽ được rất nhiều lợi ích.

- Chia sẻ, truyền rộng bằng cách cho mượn, biếu tặng kinh sách đến nhiều người thì lợi ích ấy càng tăng thêm gấp nhiều lần.

- Đóng góp công sức, tài vật để hỗ trợ công việc biên soạn, dịch thuật, giảng giải, in ấn, lưu hành kinh sách thì công đức lớn lao không thể suy lường, vì có vô số người sẽ được lợi ích từ việc lưu hành kinh sách.